பிசிராந்தையார்

பாவேந்தர் பாரதிதாசன்

Title: Pisiranthaiyar

Author: Bharathidasan

Language: Tamil

First Published on: 1948

Year of Publication: 2024

Book Format: Paperback

*Page Size: 6inch * 9inch*

Category: Fiction

Subject: Drama

No. of pages: 196

ISBN: 978-81-685729-4-2

Published by: Nilan Publishers, Madurai, Tamilnadu, India

பொருளடக்கம்

முகவுரை

பண்டைத் தமிழகச் சான்றோரில் நரை திரை மூப்பு இன்றிப் பல்லாண்டு வாழ்ந்த நற்றமிழ்ப் பெரியார் பிசிராந்தையார். இவர் பாடிய பாடல்கள் தொகை நூல்களுள் அகநானூற்றில் ஒன்றும் (308), நற்றிணை யில் ஒன்றும் (91), புறநானூற்றுள் நான்கும் (67, 184, 191, 212) ஆக ஆறு பாடல்களே. இவர் பாண்டிய நாட்டிலே பிசிர் என்னும் சிற்றூரில் வாழ்ந்தவர்; ஆந்தையார் என்பது இவர்குரிய இயற்பெயர். ஊர்ப் பெயருடன் சார்த்தியே இவர் தம் பெயரை வழங்குவர். 'இரும் பிசிர் ஆந்தை அடியுறை எனினே' (புறம்.67) எனப் பிசிராந்தையாரே அன்னச் சேவலுக்குத் தன் பெயரை மொழிகின்றார்.

பிசிராந்தையார் பாண்டிய சோழ மன்னர்களால் பெரிதும் மதித்துப் போற்றப் பெற்றவர்; பாண்டியன் அறிவுடை நம்பியின் அரசவைப் புலவர்; கோப்பெருஞ் சோழனின் ஆருயிர் நண்பர்.

கோப்பெருஞ் சோழனிடத்தும் பிசிராந்தையாரிடத்தும் பெருகிய நட்பு, ஒருவரைப் பற்றி ஒருவர் பிறர் வாயிலாகக் கேட்டு வளர்ந்த பெரு நட்பு. புலவர் பிசிராந்தையார் தம் பெயரைப் பிறர்க்குச் சொல்லும் பொழுது கோப்பெருஞ்சோழன் பெயரையே தமக்குப் பெயராகக் கூறுவாராம். கோப்பெருஞ்சோழன் வடக்கிருந்து தன் உயிர்

துறக்க முற்பட்ட பொழுது, தன் நண்பர் பிசிராந்தையாரும் தன்னுடன் வடக்கிருக்க வருவார் என்று கூறி, அவருக்கும் ஓர் இருப்பிடம் அமைக்கப் பணிக்கின்றான். அவனுடைய அரசவைப் புலவர் பொத்தியார், புல்லாற்றூர் எயிற்றியனார் முதலியோர் வியப்புறும் வண்ணம் பிசிராந்தையாரும் சோழ நாடு வந்து கோப்பெருஞ் சோழனுடன் வடக்கிருந்தனர்.

புணர்ச்சி பழகுதல் வேண்டா; உணர்ச்சிதான்
நட்பாங் கிழமை தரும்

என்னும் வள்ளுவர் வாய்மொழிக்குத் *(78 நட்பு:5)* தக்க சான்றாய்த் திகழ்ந்தது பிசிராந்தையார் கோப்பெருஞ் சோழன் நட்பு. இக்குறளின் உரையில், கோப்பெருஞ் சோழனுக்கும் பிசிராந்தையார்க்கும் போல உணர்ச்சி ஒப்பின் அதுவே உடனுயிர் நீங்கும் உரிமைத்தாய நட்பினைப் பயக்கும் எனப் பரிமேலழகர் எடுத்துக் காட்டுவதும் இன்பம் பயக்கும்.

ஆன்றவிந்து அடங்கிய கொள்கைச் சான்றோராக விளங்கிய பிசிராந்தையார் - கோப்பெருஞ்சோழர்களின் புகழ்மிக்க வரலாற்றை அடி நிலையாகக் கொண்டு புரட்சிக் கவிஞர் பாரதிதாசனார் புனைந்த நாடக நன்னூல் இது. பழம் பாடல்களில் கண்ட செய்திகளைக் கருவாகக் கொண்டு, கவிஞர் தம் கற்பனைத் திறனால் நிகழ்ச்சிகளைக் கோவைப்பட வகுத்துக்காட்டி, அவையெல்லாம் நம் கண்ணெதிரில் நிகழ்வனபோன்று சித்திரித்துள்ளார். எல்லாரும் நல்லவராய் இருந்தால் மட்டும் போதாது; எல்லாரும் செல்வராய் இருந்தால் மட்டும் போதாது;

எல்லாரும் வல்லவராயும் இருத்தல் வேண்டும் என்னும் கருத்தை உயிர் நிலையாக எடுத்து மொழிகின்றார் கவிஞர். இங்ஙனமாக இவர் இடையிடையே கதைப் போக்கில் இழையவிடும் இலட்சியக் கருத்துக்கள் பலப்பல.

தமிழனுக்கு வேண்டுவது உறுதி: தவறுவது வாழ்வின் இறுதி.

தமிழனின் உயிர் தமிழே ஆகும்; தமிழிற் பற்றில்லாதவன் தமிழன் அல்லன்; அவன் உயிர் உடையவனும் அல்லன்.

தமிழர் நிறை மனைவியின் கற்பை வைத்து நிறுக்கப் படும்.

இது ஆலின் குற்றமன்று; அந்த ஆலின் நிழலில் அண்டிய பறவை செய்த குற்றம்.

முதற்பக்கம் பார்க்காமல் சுவடியைத் திருப்பிக் கொண்டே போனால் புரியாதுதான்.

இவைபோன்ற கருத்துரைகளால் கவிஞர் கற்பார் உள்ளத்தைக் கொள்ளை கொள்கிறார்.

நாடகச் சிறு காப்பியமாக உள்ள இந்த நூலில் அங்கங்கே ஏற்றபெற்றி இடையிடையே பாட்டுகளையும் கவிஞர் புகுத்தியுள்ளார். இவற்றுள் இசைப் பாட்டுகள் பல; அகவற் பாக்களும் சில உள. இவை மனோன்மணீய நாடகப் பாடலை

நினைவூட்டுகின்றன. கதை உறுப்பினருக்கு ஏற்ற பா நடை பாவலர்க்குப் பெரு விருந்து.

பச்சைக்கிளி தன் மணவாளனோடு வீட்டுத் தோட்டத்தில் பொன்னூசலாடும்போது, அவ்விருவரின் வாய்ப்பிறப்பாக வைத்துக் கவிஞர் பாடிய பாடல்களில் தமிழர்தம் வாழ்க்கைக்கு வேண்டும் உயரிய குறிக்கோள்களை வெளியிட்டுள்ளார். மாறாத இளமை வேண்டும்; வற்றாத அன்பு வேண்டும் என்று தொடங்கி, தென்னாடு வாழ வேண்டும்; செந்தமிழ் வாழ வேண்டும்; முன்னேறும் திறமை வேண்டும்; தன் மானம் நாம் பெற வேண்டும் என்று முடிக்கின்றார். இவையெல்லாம் இளந் தலைமுறை யினர்க்கு ஊக்கமூட்டும் உயர்வுரைகளாம்.

கவிஞர்தம் உரைநடையும் திட்ப நுட்பம் வாய்ந்துளது. கதை மாந்தரின் இயல்புக்கு ஏற்ற நடையை எங்கும் கண்டு களிக்கலாம்.

நாடக அமைப்பில் இடைப் பிறவரலாகவும், கதைத் தொடர்பாகவும் நாடகத்துள் நாடகம் என ஈரிடங்களில் புகுத்தியுள்ள அமைப்பு கலைத்திறம் வாய்ந்தது. ஒவ்வொரு காட்சியிலும் வரும் நிகழ்ச்சிகளின் உயிர்நிலையாக அழகிய கட்டுரைச் சொற்றொடர்களிலே காட்சித் தலைப்புகள் தரப் பெற்றிருக்கின்றன. இத் தலைப்புகளும் கூடக் கவிஞர்தம் கற்பனையைக் காட்டுகின்றன.

இவ்வாறாக உண்மை வரலாறு ஒன்றன் அடிப்படையில் கவிஞர் தம் கற்பனைத் திறங்கொண்டு ஆக்கிய இப் புதுமை

இலக்கியம் காட்சிக்குக் காட்சி கவினுறு கலை நுட்பம் வாய்ந்து, நூலை மேலும் மேலும் படிக்கத் தூண்டும் வகையில் அமைந்துள்ளது. இம் மாட்சி பெரிதும் வியத்தற் குரியது. புரட்சிக் கவிஞர் பாரதிதாசனாரின் புதுமைப் படைப்புகளைப் படித்துப் பாராட்டி வரும் தமிழகம் பிசிராந்தையார் நாடகத்தையும் போற்றி வரவேற்கும் என்பது திண்ணம்.

நண்புக் குயிர்தந்தான் நண்பு பெரிதென்றான்
உண்மை யுடையான் பிசிராந்தை நற்பெயர்
தெண்ணிலவும் செங்கதிரும் உள்ளநாள் வாழியவே!
எண்ணுலவி நல்லறம் என்றென்றும் வாழியவே

என்பது கவிஞரின் வாழ்த்துரை.

நல்லறம் தழைக்க! நாடு செழிக்க!

கவிமணி நிலையம்
சென்னை-33,

மு. சண்முகம்

பிசிராந்தையார்

பிசிராந்தையார்

காட்சி - 1

"யானை குப்பை வாருகின்றது"

இடம் : *பாண்டிய நாட்டுத் தலைநகர் மதுரையில் இறைவர் தெருவில் பிசிராந்தையார் வீடு.*

நேரம் : *மாலை ஐந்து மணி.*

கதை உறுப்பினர் : *பிசிராந்தையார், பேரன், மேற்படியார்.*

நிகழ்ச்சி : *பிசிராந்தையாரின் வீட்டுக் குறட்டில் யானைக்கு இட்ட கரும்பின் கட்டுகளை அது மென்றுமிழ் கின்றது. அதனால் குவிந்த கருப்பஞ் சக்கைகளை அதுவே கூட்டி அள்ளிப் பெருங் கூடையில் நிரப்பி நிரப்பித் தொலைவிற் சென்று கொட்டி விட்டு வருகின்றது. பிசிராந்தையார் தம் கடைசிப் பேரனாகிய கோப்பெருஞ் சோழனைத் தோளில் தூக்கியபடி வெளியில் வருகின்றார். அவரைத் தொடர்ந்து புலவர் பலர் வருகின்றார்கள்.*

கோப்பெருஞ்சோழன் : *மண்டியிடச் சொல்லுக தாத்தா யானையை!*

பிசிராந்தையார் : *மண்டியிடு கோப்பெருஞ் சோழனார்க்கு!*

(மண்டியிடுகின்றது. பிசிராந்தையார் பேரனை அதன் மேல் உட்கார வைக்கின்றார்.)

புலவர்.1 : *ஏறுவோர் கோப்பெருஞ்சோழனார். ஏவுவோர் ஆந்தையார், ஏனையா யானை மண்டியிடாது?*

(யானை நகராது நிற்கிறது.)

கோப் : *என்ன தாத்தா! யானை போகமாட்டேன் என்கிறது.*

பிசிரா : *நீ விழுந்து விடக்கூடும் என்று.*

கோப் : *இல்லை! இல்லை! அதற்குப் பசி தாத்தா?*

(இதற்குள் புலவர் ஒருவர் பிசிராந்தையாரை அணுகிப் பாடுகின்றார். பேரனும் மற்றப் புலவரும் புதுப் புலவரை நோக்குகின்றார்கள்.)

புதுப்புலவர் பாட்டு

ஈண்டிய நற்புகழ் எண்டிசை போற்றிடும்
தென் மதுரைப்
பாண்டியன் போற்றிடும் பாவலரே நான்
பசித்து வந்தேன்
வேண்டிய முத்தமிழ்ச் சோறிட்டு வாழ்வில்
விளக்கேற்றுவீர்
ஆண்டிநான்! நீர் அருட்செல்வரன் றோதமிழ்
ஆண்டவரே!

(கை கூப்புகின்றார்.)

பிசிரா : *வேண்டிய மட்டும்!*

கோப் : *யானைப் பசிக்கு...*

பிசிரா : வேண்டிய மட்டும். *(புதுப்புலவரை நோக்கி)* இருக்கலாமே!

கோப் : *யானை?*

பிசிரா : போகலாமே.

(யானை போகின்றது. பேரன் முகத்தை மகிழ்ச்சி தழுவு கின்றது. புதுப்புலவர் ஒருபுறம் திண்ணையில் அமர்கின்றார். அவர் உள்ளம் பூரிக்கின்றது.)

புலவர் 1 : *(புதுப் புலவரை நோக்கி)* எந்த ஊர்?

புதுப் புல : சோழநாடு! ஐயா, உங்களை ஒன்று கேட்க எண்ணுகிறேன்.

புலவர் 1 : நன்றாக!

புதுப் புல : *(பிசிராந்தையாரைக் காட்டி)* இவர்கள் பேரனுக்கு என்ன பெயர்?

புலவர் 1 : கோப்பெருஞ்சோழன்! புனைபெயர்! இயற்பெயர் முருகு. உங்கட்கு வியப்பாயிருக்கும், கோப்பெருஞ்சோழனென்று இவர்கள் தம் பேரனுக்குப் புனைபெயர் இட்டது பற்றி.

புதுப் புல: ஆம் ஐயா!

புலவர் 1 : *சோழநாட்டு வேந்தர் கோப்பெருஞ்சோழனார் இவர்கட்கு நெருங்கிய நண்பர்.*

புதுப் புலவர் : *அடிக்கடி அவரை இவர் நெருங்குவதுண்டோ?*

புலவர் 1 : *உடல் நெருக்கமில்லை, உள்ளத்தின் நெருக்கந்தான்.*

புதுப் புலவர் :*நானும் சோழவேந்தர் அவையில் இருந்தவன். ஒருமுறை யாவது இவர்களை அங்குக் கண்டதில்லை.*

புலவர் 1 : *கண்டிருக்க முடியாது. நட்பின் இலக்கணம் புணர்ச்சி பழகுதல் மட்டுமா?*

புதுப் புலவர் : *இல்லை! உணர்ச்சிதான் நட்பாங் கிழமை தரும்.*

புலவர் 1 : *இவர்களின் உள்ளக் கோயிலில் என்றும் நிலையாக எழுந் தருளியிருப்பவர் கோப்பெருஞ்சோழரே!*

பிசிரா : *இதுவரைக்கும் கோப்பெருஞ் சோழரை நான் காணும் வாய்ப்புப் பெறவேயில்லை; அவரை நான் என்றும் மறவாமல் நினைவில் வைத்திருப்பதற்குக் காரணமும் அதுதான் என்று எண்ணுகிறேன்.*

(அதே நேரம் மேற்படியார் என்ற புலவர் வருகின்றார்.)

பிசிரா : *வருக மேற்படியாரே! என்ன வர வர மேற்படியார் கீழ்ப்படி யாராகி விட்டார். காலையில் வரும்படி சொன்னேன். கீழ்ப்படிந்தாரா?*

மேற்படியார் : வரும்படியிருந்தால்தானே வரும்படியாய் இருக்கும். என் குழந்தை சோறு கேட்டான். மனைவி இல்லையென்றாள். இரும்படி உன் நெஞ்சம் என்றேன். ஒரு பணம் தரும்படி கேட்டாள் அரிசி வாங்க. வரும்படியிருந்தால்தானே! திரும்படி உன் ஆத்தாள் வீட்டுக்கு என்றேன். பெரும்படி வருந்தினாள். அங்கிருக்க முடியவில்லை. இங்கு வரும்படி நேர்ந்தது.

பிசிரா : அரிசி வாங்க ஒரு பணமா இல்லை! சிரிக்க வைத்து என்னை இன்பத்திற் சேர்க்கும் நீவிர் இப்போது அழ வைத்துத் துன்பத்திற் சேர்த்தீர். முதலில் இதைக்கொண்டு போய் மனைவி மக்களின் பசித்துன்பத்தைப் போக்கி வரவேண்டும்.

(மார்பின் கல்லிழைத்த பதக்கத் தொங்கலைக் கழற்றி மேற்படியார் கையில் கொடுக்க அவர் வாங்கிக் கொள்கிறார்.)

மேற்படியார் : *(மற்றப் புலவர்களைப் பார்த்து நகைத்து)* இதைக் கொண்டு போய் வீட்டில் வைத்துவிட்டு வந்துவிடுகிறேன்.

புலவர் 1 : அப்படியானால் பணமில்லை அரிசியில்லை என்றதெல்லாம் பச்சைப் புளுகுதானா?

மேற் : வேறென்ன?

(அனைவரும் சிரிப்புக் கடலில் மூழ்குகின்றார்கள்.)

புலவர் 1 : *(கரையேறி)* ஐயா *(பிசிராந்தையாரை நோக்கி)* நகை தந்து நகையைப் பறித்தார் உங்களிடமிருந்து......!

பிசிரா : நகை இழந்தது பெரிதன்று. நகைப்பைப் பெற்றேன், அது பெரிது. பெறற்கரிது! நீரே அணிந்து கொள்க மார்பணியை.

புலவர் 1 : பொய் சொல்லியதற்காக

பிசிரா : இல்லை! இல்லை! அந்தப் பொய்யை நான் நம்பியதற்காக. எல்லாரும் நல்லவர் இந்த நாட்டில், எல்லாரும் செல்வர்கள் இந்த நாட்டில். அரிசி இல்லை என்று மேற்படியார் சொல்லியதை நான் ஏன் நம்பினேன் என்றால், ஏழைகள் ஒரு சிலர் தோன்ற மாட்டார்களா என்று எதிர்பார்த்துக் கொண்டிருந்தது என் உள்ளம். ஏழ்மை தோன்றிற்று. நம்பிவிட்டது என் உள்ளம்.

புலவர் 1 : ஏழைகள் இருக்க வேண்டுமா? எதற்காக ஐயா?

பிசிரா : எல்லாரும் நல்லவர் இந்த நாட்டில், எல்லாரும் செல்வர் கள் இந்த நாட்டில். வாழ்வில் தொல்லை இல்லையே தவிர மன மகிழ்ச்சிக்கு வழியுண்டா? மேற்படியாரின் ஒரே ஒரு பொய் தானே நமக்கு விடா நகைப்பை உண்டாக்கிற்று!

எல்லாரும் நல்லவர் இந்த நாட்டில். எல்லாரும் செல்வர்கள் இந்த நாட்டில். தீயவர் சிலர் இருக்கவேண்டும். ஏழைகள் சிலர் இருக்கவேண்டும், இல்லையானால், மக்கள் இயக்கம் மரப்பாவை இயக்கம்.

இதே நேரம் யானை விரைவாகத் திரும்புகின்றது. பேரன் அஞ்சித், தாத்தாவைத் தாவுகின்றான். மழையும் காற்றும்

வந்ததால் தாத்தா பேரனைத் தூக்கிக் கொண்டு உள்ளே போக, மற்றவரும் உட்செல்லுகின்றார்கள்.

(காட்சி முடிவு)

காட்சி - 2

"வேலமரம் பந்து - ஆலமரம் அம்மானைக்காய்"

இடம் : *பாண்டிய நாட்டுத் தலைநகராகிய மதுரையில் அரண்மனை நிலாமுற்றம்.*

நேரம் : *முன்னிரவு*

கதை உறுப்பினர் : *பாண்டியன் அறிவுடை நம்பி, அரசி, பிறர்.*

நிகழ்ச்சி : *நிலாமுற்றத்தில் அரசன் அரசி நின்று காற்று மழையின் நிலை காணுகின்றார்கள்.*

பாண்டியன் : தூங்காமணி விளக்கத்தைத் தூக்கிக் கொண்டு ஓடிய கள்ளனைப் போல் வெள்ளிய நிலாவை அள்ளிக் கொண்டு போய் மறைத்தது கருமுகில்.

நள்ளிருள் உலகுக்குத் திரையிட்டது.

பாண்டி மன்னி : ஒன்றையொன்று தொடரும் கடலலை போல் அந்தக் கருமுகிற் கூட்டம் தடதடவென்று தாளத்தோடாடித் தகதகவென்று மின்னலைச் செய்தது அத்தான்!

பாண்டியன் : இது வரைக்கும் நடந்த கதை இது! இப்போது பார்! காற்றும் மழையும் கைகோத்து ஆடி மகிழ்ந்தபடி துடுக்குத் தனத்தையும் தொடங்கிவிட்டன. என்ன இது?

பூக்களின் இதழும் ஈக்களின் குரலும் நனைந்தன. மேலும் நடுங்கின.

பா. மன்னி : *அத்தான்! அத்தான்!* புன்னை மரங்கள் புரளுகின்றன தரையில், தென்னை மரங்கள் சிரிக்கின்றன வானில்.

பாண்டியன் : துன்ப அறிவிப்பா! (மணி ஓசை கேட்டு) ஓடிவிடு கண்ணே உன் அறைக்கு! ஆராய்ச்சிமணி அலறுகின்றதே!

(அரசன் வெளிநோக்கிச் செல்ல அடி எடுக்கின்றான்.)

மன்னி : நீங்கள் போகவேண்டாம்.

(நடுங்கும் விழி மறுக்கும் அங்கை)

மன்னன் : வேறு? (கண்ணிற் சினம்)

மன்னி : ஆட்களை அனுப்பலாமே.

மன்னன் : அதற்கும்?

மன்னி : நீங்களா? எதற்கு? உங்கட்கு ஒன்று நேர்ந்தால்?

மன்னன் : மக்கட்கு என்ன நேர்ந்தாலும் நேரட்டும். எனக்கு மட்டும் ஒன்றும் நேர்ந்துவிடக்கூடாது. அதுதானே உன் குறுகிய நோக்கம். தீமை வந்தபோது காட்டிக் கொடுக்கும் தீயவனா நான்? காற்றென்றும் மழை என்றும் வந்த கடுங்கூற்றின் உடலை என் வாள் இரு கூறாக்க வேண்டும், அல்லது அக்கூற்று என் தலையைச் சுக்கல் நூறாக்க வேண்டும்.

(அரசன் செல்லுகின்றான். அவள் மறுக்கின்றாள். கை விலக்குகின்றான் மன்னன். மெய் சாய்கின்றாள் மன்னி. போய்விட்டான்.)

மற்றொரு புறம்:

அரண்மனையின் புறவாயில் படீரென்று திறக்கப்படு கின்றது, அரசன் வெளிவந்து பார்க்கின்றான், யானை மேல் நின்று ஆராய்ச்சி மணி அசைத்த ஓர் உருவம் தூக்கி எறியப்படுகின்றது காற்றால்! பாய்ந்து பற்றப் போன அரசனும் தூக்கி எறியப்படுகின்றான் மற்றொரு புறம். மற்றொருவன் வீழ்ந்து கிடக்கும் ஆலின் பெருங் கிளையை அணைத்தபடி வாயசைப்பது தெரிகின்றது. பேசுவது கேட்கவில்லை.

மற்றொருபுறம்:

பலர் ஒரு வீட்டில் பந்தம் கொளுத்துகிறார்கள். அவை கொளுத்தும் போதே அவிகின்றன. சில கொளுத்திய பின்பு குப்பென்று அவிகின்றன.

மற்றொருபுறம்:

இடி முழக்கம் கேட்கின்றது. மழை மண்ணைக் குழிவு செய்கின்றது. மின்னாதபோது இருண்டிருக்கும் உலகு மின்னுகின்றபோது ஒளிபெறுகின்றது.

ஒரு மின்னலில்:

வேலமரம் பந்தாடப்படுகின்றது வேரறுபட்டு.

மற்றொரு மின்னலில், ஆலமரம் அம்மானைக்காய்.

மற்றொருபுறம்:

பலகணி சாத்தப்பட்ட அறை. அவ்வறையில் அவியாது அங்கையால் அணைக்கப்பட்ட விளக்கு. அவ் விளக்கொளியில் இரு மங்கையர் தோற்றமளிக் கின்றார்கள். அரசி அங்கம் நடுங்குகின்றாள். கண்ணீர் கலங்குகின்றாள். தோழி ஆடாத அசையாத அச்சுப்பாவை.

அரசி நூறாவது தடவையாகப் பலகணி திறந்து வெளியே கை நீட்டுகின்றாள்.

அரசி : *காற்றுத் தணிந்தது சற்று! மழையும் மட்டு! மட்டு!*

தோழி : *(கண்ணீரைத் துடைத்துக் கொண்டு சிரிக்கிறாள்) இனி அஞ்ச வேண்டியதில்லை.*

அரசி : *அரசர் நிலை என்ன ஆயிற்றோ!*

மற்றொருபுறம் :

தெரு, விழுந்த மரங்களால் போர்த்தப்பட்டு காட்சி யளிக்கின்றது, பாண்டியன் மன்னன். பந்தங்கள் ஏந்திய வீரர்கள், பிசிராந்தையார், புலவர்

மேற்படியார் ஆகியோர் மக்கள் நிலைகாணச் செல்லுகின்றார்கள்.

அரசன் : *மக்கள் நிலை என்ன ஆயிற்றோ?*

புலவர் மேற் : *அரசர் அஞ்ச வேண்டியதில்லை. மக்கள் காற்று மழையில் வெளியில் வந்திருக்க மாட்டார்கள். வீட்டினுள்ளேயே இருந்திருப்பார்கள். அவர்கள் யானை மேலிருந்து வானமேற் சுழன்று மரக் கிளைகளால் தாக்குண்டு மேற்கொண்டு மண்ணுண்டு நாமுண்டு என்று வீழ்ந்து உருண்டு புரண்டு இடந் திருக்கமாட்டார்கள்.*

அரசர் : *(சிரித்து) புலவர் பெருமான் கிடந்த நிலையைக் காண என் கண்கள் நடுங்கின. உலகின் முடிவை நினைப் பூட்டிக் கொண்டிருந்தன காற்றும் மழையும். அந்த நிலையிலும் வெளிவந்தீர்கள்.*

புலவர் : *அதிலும் யானைமேல் ஏறிக்கொண்டு! இவர் பதினெட்டு ஆண்டு மாப்பிள்ளையல்லவா!*

பிசிரா : *ஏன் காணும் மேற்படியாரே, வீழ்ந்து கிடந்த ஆலின் கிளையை அணைத்தபடி இருந்தவர் நீர்தாமோ?*

மேற் : *வேறு!*

பிசிரா : *பிறகு?*

மேற் : *ஆலமரம் என்னை இழுத்தது. விட்டுவிட்டேன். வேல மரம் வரவேற்றது. உடம்பின் செங்குருதி குடிப்பாட்டி. அதையும் அனுப்பினேன். ஆலும் வேலும் மேலே கிளம்பின.*

பிசிரா : *யானை!*

மேற் : *அதையும் தூக்கிக்கொண்டுதான்.*

அரசர் : *(தாங்க முடியாத சிரிப்புக்கிடையில்) புலவர் பெருமான் வீட்டுக்குப் போகலாமே.*

பிசிரா : *துன்பத்திற்கு மேல் துன்பம்!*

அரசர் : *இங்கே!*

பிசிரா : *மேற்படியாரின் நகைச்சுவை துன்பத்தை நீக்கி விடுகின்றது.*

மேற் : *யானையும் போனதே நடக்கவும் ஆனதே ஐயா.*

பிசிரா : *நடப்போம். மக்கள் நிலை என்ன ஆயிற்றோ?*

மேற் : *உங்களை ஒன்று கேட்க எண்ணுகின்றேன். காற்று மழை வலுத்தன. நாட்டு மக்கள் இல்லையா? நான் இல்லையா? நீர் என்ன ஆராய்ச்சி மணியை அசைக்கக் கிளம்பியது? நீவிர் தாம் நாட்டு மக்களைக் காப்பவரோ?*

அரசர் : *வேறு யார் புலவரே! பாண்டிய நாட்டில் எல்லாரும் நல்லவர், எல்லாரும் செல்வர் என்ற நிலை ஏற்பட அல்லும் பகலும் தொண்டு செய்தது ஓர் ஆற்றல்! என் அறிவுக்கு*

மெருகு - என் ஆற்றலுக்கு ஊட்டம் இவர்கள்! எவரை நான் இழக்க முடியாதோ அவரை நான் இழந்துவிடவில்லை. காற்று மழை ஏமாந்தன. மீண்டும் பெற்றேன் என் ஆற்றலை - அறிவை.

மேற் : வாழ்க பாண்டியர் அறிவுடை நம்பியார்.

பிசிரா : அரசர் இந்தத் தொல்லையினின்று அரண்மனை செல்லலாமே. அங்கு அரசியார் நிலை என்ன என்று அறிய வேண்டாமா!

அரசர் : ஒன்றும் நேர்ந்திராது. நடப்போம்.

காட்சி - 3

"பெட்டியில் பெண்ணுடல்"

இடம் : *பாண்டிய நாட்டின் தலைநகராகிய மதுரையை அடுத்த சிற்றூரில் ஒரு தோப்பு.*

நேரம் : விடியுமுன்,

உறுப்பினர் : *பாண்டியன் அறிவுடைநம்பி, பிசிராந்தையார், மேற் படியார், உடையப்பன், அவன் மனைவி ஓடைப்பூ.*

நிகழ்ச்சி : *உடையப்பன் தோப்புக் குட்டையில் வலை போடுவதும், அதில் மீன் ஒன்றும் அகப்படாமை கண்டு மீண்டும் வலை போடுவதுமாயிருக்கிறான்.*

அவனைத் தேடிக் கொண்டு ஓடைப்பூ வருகின்றாள். கணவனைத் பார்த்தவுடன் அவளுக்கு அளவற்ற மகிழ்ச்சி உண்டாகிறது.

இதையெல்லாம், வீழ்ந்து கிடக்கும் மரம் மட்டை களில் ஒளிந்துகொண்டு பாண்டியன், பிசிராந்தை யார், மேற் படியார் மூவரும் பார்த்துக் கொண் டிருக்கிறார்கள்.

ஓடைப் :

(பாட்டு)

கண்ணுக்குக் கண்ணான மாமாடி – இந்தக்
காற்று மழைக்குத் தப்பினையே மாமாடி!
என்னைவிட்டுப் போயிருந்தால் மாமாடி – நீ
பிறப்பாயோ இன்னொருகால் மாமாடி?

உடையப்பன் : *அப்படியா? (வியப்பும் சிரிப்பும்)*

(பாட்டு)

ஓடிவந்து முகத்தைக் காட்டும் ஓடைப்பூ – நல்ல
ஓசைவண்டு தேன் குடிக்கும் வாடைப்பூ
ஆடி வந்தாய் பாடி வந்தாய் ஓடைப்பூ – என்
அச்சமெல்லாம் போனதடி ஓடைப்பூ!

ஓடைப் :

காற்று மழை என்னைத்தூக்கிப் போடாதா – இந்த
கன்னிமனம் உன்னை எங்கும் தேடாதா?
சேற்றுக் குளத்தில் பிடித்தமீனும் போதாதா – நீ
திரும்பவலை வீசுவதும் இப்போதா?

உடையப்பன் :

பத்தாயிரம் தடவை வலை போட்டேனே – அதில்
பட்டதுண்டா ஒருகெண்டை? – செந்தேனே
செத்தாலும் நான்இங்கேசாவேன் கண்ணாட்டி – ஒரு
சின்ன மீனா வதுபிடிக்க வேணுமடி.

ஓடைப் : *என்ன மாமா! இரவு சாப்பிடவில்லை. இதுவரைக்கும் மீன்படவில்லை. வரவோ கொஞ்சமும் மனமில்லை. நான் வாழவில்லை மாமா.*

(தரையில் துண்ணென உட்கார்ந்து, தலையில் அடித்துக் கொள்கிறாள்.)

உடையப்பன் : *நினைத்தது முடிக்கும் நெஞ்சழுத்தம் வேண்டும்! இனிப்புப் பண்டத்துக்கு அழும் இளங்குழந்தையா நீ? மீன் பிடிப்பது, வீட்டுக்கு வருவது, நான் பிடித்த உறுதி இது. இந் நேரம்வரைக்கும் ஒரு மீன் கிடைக்க வில்லை. இப்படி நடந்ததே இல்லை. இதில் காற்று ஒரு தொல்லை. மழை ஒரு தொல்லை. கேள் என் சொல்லை:*

தமிழனுக்கு வேண்டியது உறுதி. தவறுவது வாழ்வின் இறுதி. உனக்காக இன்னும் மூன்று தரம் வலை வீசுவேன். அந்த மூன்று தரமும் ஒரு மீனாவது கிடைக்கவில்லையானால் நான் உயிர் விடுவேன், இதே குட்டைக் கரையில்.

ஓடைப் : *ஐயோ! ஐயோ! என் வாழ்வு என்ன ஆவது மாமா? கொண்டை நிறையப் பூ வைத்துக் கொள்வதில் உனக்கு விருப்ப மில்லையா? நெற்றி நிறையப் பொட் டிட்டுக் கொள்வதில் உனக்கு விருப்பமில்லையா?*

உடை : *ஒரு மீன் - ஒரே மீன் அகப்படட்டுமே!*

ஓடைப் : *என் வாழ்வையும் - சாவையும் ஒரு மீனா கணக்கிடுவது? இது சரியா?*

உடை : *இதுதான் சரி.*

(குட்டைக்கரை நோக்கி விரைந்து சென்று வலையை வீசுகின்றான் உடையப்பன். அதே நேரம் ஓடைப்பூவும் கரை நோக்கிச் சென்று தன் இருகையும் ஏந்தி)

ஓடைப் :

(பாட்டு)

வலையில் வந்து சேரவேண்டும்,
வாழும்படி செய்ய வேண்டும், மீன்களே! – என்னை
வாழும்படி செய்ய வேண்டும், மீன்களே!
தலையைத் தாழ்த்தி நான் அடைந்த
தாலிக்கயிறு நிலைக்கவேண்டும், மீன்களே! – கட்டிய
தாலிக்கயிறு நிலைக்கவேண்டும், மீன்களே!
எண்ணியது முடிந்ததில்லை.
இளம்பருவம் மாறவில்லை, மீன்களே! – என்
இளம்பருவம் மாறவில்லை, மீன்களே!
கண்ணுக்கொரு மகிழ்ச்சியில்லை,
கைக்குழந்தையும் பெறவில்லை, மீன்களே! – ஒரு
கைக்குழந்தையும் பெறவில்லை மீன்களே!
தாவி வலையில் வந்திடுவீர்
சாவை வந்து நீக்கிடுவீர், மீன்களே! – என்
சாவை வந்து நீக்கிடுவீர், மீன்களே!
கூவிக்கூவி நான் அழுதேன்
கூவுங் குரல் கேட்கவேண்டும், மீன்களே! – நான்
கூவுங் குரல் கேட்கவேண்டும், மீன்களே!

(இதற்குள் வீசிய வலையை இழுத்துப் பார்க்கிறான். ஓடைப் பூவும் ஓடிவந்து பார்க்கிறாள். ஒரு மீன்கூட இல்லை. துன்பத்தால் வான் ஏறுகின்றது ஓடைப்பூவின் முகம். தலைமேல் அணைக்கின்றன அவளிருகைகள்.)

ஓடைப் : ஐயையோ ஒன்றுமில்லையே! *(கீழே சாய்ந்து விழுகின்றது அவள் உடல்)*

உடைப் : *(இரு! இரு! இன்னும் இரண்டு தடவை இருக்கிறது. (வலை வீசுகின்றான்.)*

ஓடைப் : *(குட்டையை நோக்கி, பாட்டு)*

என்கணவன் தான் – எனக்
கின்பந்தரு வான் – அந்த
இன்பத்தையே நான் – இனி
எப்போதும் பெறுவேன் -
ஒரு மீன்! ஒரு மீன்! ஒரு மீன் வரவேண்டும்!

கையால் அணைப் பான் – என்
கன்னத்தைக் கடிப் பான் – அவன்
மெய்யாய் உழைப்பான் – எனை
விட்டுப் பிரியான் -
ஒரு மீன்! ஒரு மீன்! ஒரு மீன் வரவேண்டும்!

பேராசைக் காரன் – ஒரு
பிள்ளையும் கொடுப் பான் – நான்
ஆராரோ என் பேன் – தா

லாட்டி மகிழ் வேன் -
ஒரு மீன்! ஒரு மீன்! ஒரு மீன் வரவேண்டும்!

(வலையிழுக்கப்படுகிறது இருவராலும். ஒரு வராலுமில்லை; ஒரு கெண்டையுமில்லை.)

ஓடைப் :

(பாட்டு)

அறுந்த யாழும் ஆவேனோ – கெட்
டழிந்த ஓவியம் ஆவேனோ?
எறிந்த மாலையும் ஆவேனோ! – நான்
இடிந்த கட்டடம் ஆவேனோ!
துறந்த துண்டோ என் காதல் – தீச்
சொரிந்த துண்டோ என்மீதில்
அறுந்த துண்டோ என் வாழ்க்கை!
அறுந்த துண்டோ அவன் சேர்க்கை!

(மீண்டும் வலை வீசுகின்றான்.)

ஓடைப் :

(பாட்டு)

துன்ப வாழ்வே நீ போ, போ, போ!
இன்ப வாழ்வே நீ வா, வா, வா!
அன்பன் வாழ்ந்தால் நான் வாழ் வே னே!
அன்பன் செத்தால் நான் சா வே னே!

துன்ப வாழ்வே நீ போ, போ, போ!
இன்ப வாழ்வே நீ வா, வா, வா!

(மூன்றாவது முறை இருவரும் வலையை இழுக்கின் றார்கள். இழுக்க முடியவில்லை.)

உடையப்பன் : *என்னடி இது! இழு, இழு,*

ஓடைப் : *உம்... உம்... உம்... மாமா, குட்டையிலிருந்த எல்லா மீன்களும் அகப்பட்டுக் கொண்டன. இல்லையா மாமா!*

(இழுக்கிறார்கள், முடியவில்லை.)

உடையப்பன் : *என்ன இது!*

ஓடைப் : *நான் வேண்டிக் கொண்டேனா இல்லையா? அதனாலே மீன்களும் ஒருமிக்க வந்து வலையில் மொய்த்துக் கொண்டன, மாமா! அப்படித்தானே!*

(இருவரும் சேர்ந்து மிக்க தொல்லையுடன் இழுக்கின் றார்கள். முடியவில்லை. சோர்ந்து நிற்கின்றார்கள்.)

மற்றொருபுறம்:

பிசிரா : *(அரசனை நோக்கி) இனி நாம் சும்மா இருத்தல் கூடாது. துணைபுரிய வேண்டும், அந்தத் தூயவர்களுக்கு.*

அரசன் : *நானும் வரவேண்டுமா?*

பிசிரா : *நானும் புலவர் மேற்பாடியாரும் போனால் போதும்.*

(இருவரும் போகின்றார்கள்.)

உடையப்பன் : கொஞ்சம் எனக்கு உதவி செய்யவேண்டும்.

மேற் : கிடைப்பதில் எங்கட்குப் பாதி.

உடையப்பன் :ஆகட்டும்! ஆகட்டும்!

(அனைவரும் இழுக்கின்றார்கள். ஒரு பெரும் பெட்டி வலைக்குள் காட்சி அளிக்கிறது.)

பிசிரா : பேழை! பேழை!

உடையப்பன் : ஐயையோ! மீன் இல்லையா?

பிசிரா : மீனும் உண்டு! உனக்கு வாழ்வும் உண்டு மகளே!

(பெட்டி கரையில் வைக்கப்படுகிறது. அரசனும் அங்கே வந்து விடுகின்றான், பெட்டி திறக்கப்படுகின்றது. பெரும் புண்கள் நிறைந்த ஒரு பெண்ணின் உடல் காணப்படுகின்றது.)

அரசன் : ஆ!

பிசிரா : பாட்டுக்கு நல்ல பொருள் கிடைத்தது பாவாணர்கட்கு!

(ஓடைப்பூ கண்ணைப் பொத்திக் கொள்ளுகின்றாள். உடையப்பன் தலையை இரு கைகளாலும் ஏந்தியபடி குனிகின்றான்.)

அரசன் : *அனைவரும் அரண்மனைக்குப் போதல் வேண்டும். வலை காரரே, பெண்ணே, உங்கட்கு வேண்டிய பொருள் தரப்படும். அரண்மனைக்கு வாருங்கள்.*

ஓடைப்பூ : *ஏன் மாமா, மீன் கிடைத்துவிட்டதல்லவா? அதோ இரண்டு கெண்டைகள். சாகமாட்டாய் இல்லையா?*

உடையப்பன் : *சாகமாட்டேன்; உறுதி. நட!*

(பிசிராந்தையார் பெட்டி தூக்கத் தலைகொடுக்கிறார். அரசன் விலக்கித் தன் தலை கொடுக்கிறான்.)

பிசிரா : *எல்லாருமே சேர்ந்து தூக்கவேண்டும். அப்போதுதான் முடியும்.*

(முன்னிருவர் பின்னிருவர் தூக்கிப்போக பெண் உடன் செல்லுகிறாள்.)

வழியில் :

மேற்படியார் :

(பாட்டு)

பாண்டி நாட்டில் பாவை ஒருத்தி
பச்சைப் படுகொலையால்
மாண்டாள் மாண்டாள்! அறமே மாண்டதோ
மாளா அருள் உளமே!
மாண்ட துண்டோ, மாண்ட துண்டோ!

மனையாள் இறந்ததனால்
யாண்டு தலைவன் துன்புற் றானோ!
எவன் செய்த கொலையோ?

காட்சி - 4

"கொலை செய்தது யார்?"

இடம் : பாண்டி நாட்டுத்தெரு.

நேரம் : நடுப்பகல்.

கதை உறுப்பினர் : *பறைமுழக்குவோன், பாண்டியன், பாண்டி மன்னி, பிசிராந்தையார், அமைச்சன், தச்சுப் புலவர்.*

நிகழ்ச்சி : *யானைமேல் பறையறைவோன் அமர்ந்திருக்க - யானை ஒரு தெருவின் நடுவில் வந்து நிற்கின்றது. கூட்டமாக மக்கள் கேட்க நிற்கின்றார்கள். பறை முழக்கப்படுகின்றது.*

பறை முழக்குவோன் : குட்டையில் பெட்டி ஒன்று கிடைத்தது. பெட்டியில் பெண் உடல் ஒன்று காணப்பட்டது. இறந்த அப் பெண் ணின் உடலில் நிறைந்த புண்கள் காணப்படுகின்றன. அந்தப் பெண்ணும் ஏறத்தாழ ஏழு திங்கள் குழந்தையை ஈனாத வயிறுடையாள். நெற்றியிற் குங்குமம் நிறைந் திருக்கின்றது. கற்றைக் குழலில் கமழ்கின்றது மலர்! இருக்கும் உடலம் எரிக்கப்படுமுன் வந்து காண்க, காணு மாளிகையில்! உறவினர் கேட்டால் உடல் தரப்படும். கொலைபுரிந்த கொடியவன் யாவன் என்பதை அறிந்தவர் இயம்ப வேண்டும். பாண்டியன் அறிவுடை நம்பி கட்டளை. *(போதல்)*

கேட்டவன் 1 : *எல்லாரும் நல்லவர், எல்லாரும் செல்வர். இந்தப் படுகொலை எப்படி நேர்ந்தது? ஐயோ!*

கேட்டவன் 2 : *பாண்டிய நாட்டிலும் படுகொலையா?*

கேட்டவன் 3 : *அறிவுடைநம்பி ஆட்சியின் வீழ்ச்சி இது!*

கேட்டவள் 1 : *பிசிராந்தையார் நாட்டிலும் பெண் கொலை நேர்ந்ததா?*

கேட்டவள் 2 : *நிறைந்த குங்கும நெற்றியாமே! தலையில் நிறைமலர் மணமாமே! குத்தப்பட்டுச் செத்தாளாமே! வெட்டப்பட்டு வீழ்ந்தாளாமே!*

கேட்டவள் 3 : *மணந்தவன் எங்கே வருந்துகின்றானோ! துணைவன் எங்கே துடிக்கின்றானோ!*

கேட்டவன் 4 : *அலைந்து கொண்டிருப்பான் அவள் ஆம்படையான்; தொலைந்ததைக் கேட்டால் துடித்துப் போவான்.*

ஒருபுறம் : *பறை முழக்குவோன் பகர்ந்தது கேட்ட கருத் தாங்கிய ஒருத்தி தன் வீட்டுக் குறட்டில் வெலவெலத்து வீழ்கின்றாள். அவள் உடல் நடுங்குகின்றது. நிறையாக் கருவும் நெகிழ் கின்றது. தாய்மார் பலர் திரை பிடிக்கின்றனர். மங்கைமார் பலர் வாரித் தூக்குகின்றனர்.*

கருவுடையாள் : *குத்தக் கத்தி எடுத்து வருகின்றான் யாரோ ஒருவன்! வெட்டக் கத்தி எடுத்து வருகின்றான் யாரோ ஒருவன்!*

தாய் ஒருத்தி : *ஒன்றுமில்லையம்மா!ஒன்றுமில்லையம்மா!*
(வீழ்ந்தவள் வீட்டினுள் தூக்கிச் செல்லப்படுகின்றாள்.)

அரண்மனையில் ஒருபுறம்:

பாண்டியன் : *(அமைச்சனை நோக்கி)*

அறமே புரிந்தனர் அனைவரும் என்றாய்
பாவம் புரிபவர் இலைஎனப் பகர்ந்தாய்
பொய் யுரைப்பவர் பொல்லாங் கிழைப்பவர்
இந்த நாட்டில் இல்லை என்றே
அடிக்கடி என்னிடம் அறிவித் தாயே
திடுக்கிடத் தக்க படுகொலைச் செய்தி
உலகங் கேட்டால் கான்றுமி ழாதா!
அழகாய் இருந்ததே அமைச்சர் கண்காணிப்பு!
ஏசலும் பூசலும் இருந்த உலகுக்கே
ஆசாரம் கற்பித்த இந்த அரண்மனை
பிள்ளைத் தாய்ச்சியின் பிணத்தையும் காண்பதா?

(ஊர் காவலர், பொதுமருத்துவர், ஒற்றர் பலர் வருகின்றனர். அரசன் அவர் பக்கம் திரும்புகின்றான்.)

அரசன் :

கண்டது கண்டவாறு கழற வேண்டும்,
பொய்யுரைக் காதீர்! பொய்யுரைக் காதீர்!
என்ன சொல் கின்றனர் என்நாட்டு மக்கள்?
அன்னை மார்கள் அலறு கின்றாரா?
என்றன் ஆட்சியை இகழ வில்லையா?
பண்பிலாப் பாண்டியன் பாழாய்ப் போகென
மன்னை வாரி இறைக்கின் றாரா?
ஒன்றே யேனும் ஒளித்தால் என்னைத்
தின்றவர் ஆவீர்! செப்புவீர் நிலைமையை!

(இருந்தவர் அனைவரும் இரு காதுகளையும் பொத்திக் கொள்ளுகிறார்கள்.)

ஊர்க்காவலன் :

பாவலர்கள் நெஞ்சம் புழுங்கு கின்றனர்!
நாவலர் அனைவரும் நடுங்கு கின்றனர்!
பாவாணர் கேட்டுப் பதறு கின்றனர்!
அறிவுடை நம்பியார் ஆட்சி தன்னிலா
இந்தப் படுகொலை, என்று கூவினார்!
பிசிராந்தை யாரின் பெரும்பாண்டி நாட்டிலும்
கசியும் செந்நீர் கறைபடிந்ததா?
என்று மிகமிக இழித்துரைத் தார்கள்
பேய்க்கனவு கண்ட தைப் போலப் பிள்ளைகள்
தாய்க்கு மனம்நோவத் தாவினர் நடுங்கி!
அஞ்சத் தக்க செய்தியால் அனைவரும்
நெஞ்சு வெடிக்க நிலைக லங்கினர்!

கருத்தாங்கி யிருந்த கன்னித் தாய்மார்
கருச்சிதை வுற்றுக் கலங்கு கின்றனர்
அறத்தின் வேரே ஆடிவிட்டது.

பொது மருத்துவன் :

துன்பம் பற்றிய சொல்லையும் தாங்காத
மென்மை யான உள்ளம் மிகவும்
கடுஞ்செய்தி தாங்குதல் கடினம் ஐயனே!
களவும் கொலையும் கண்டறி யாதவர்,
கேடும் கெடுப்பும் கேட்டறி யாதவர்,
அப்படி அறம் எனும் சிறையில் அடைபட்டு
மனக்கோட் டம்எனும் வகையறி யாதவர்,
கருவைத் தாங்கிய கட்டிக் கரும்பு
படுகொலை செய்யப் பட்டது கேட்டு,
விழுந்தார் எழுந்தார் என்பது வியப்பா?
சாகா திருப்பது தந்தையே வியப்பு!

அரசன் :

நல்லவர் நிறைந்த நாட்டிலே ஒரு
பொல்லா தவனும் இருந்தா னன்றோ!

அமைச்சர் :

இக்கொலை புரிந்தவன் இந்த நாட்டானோ?
எந்த நாட்டானோ? யாருக்குத் தெரியும்?

அரசன் : *ஆம்! ஆம்! எந்தப் புலனும் கிடைக்கவில்லை. கொலை செய்தவன் எவன்? ஏன் கொலை செய்தான்? - என்பதை எல்லாம் அறியவேண்டும், அமைச்சரே! விரைவில் அறியவேண்டும்.*

(தலை தாழ்கின்றது. உடல் ஒடிகின்றது.)

நான் உயிர் வாழவேண்டுமானால் விரைவில் தகவல் அறிவிக்கவேண்டும்.

(இருக்கையில் சாய்தல். மற்ற அனைவரும் அரசர்க்கு உதவி செய்கிறார்கள், விசிறியும் முகத்துக்கு நீர் தெளித்தும்.)

அமைச்சர் : *அரசர் அறியவேண்டும் என் சூளுரை: மூன்று நாட்களில் கொலையைப் பற்றிய உண்மைகளைக் கண்டறிந்து கூறுவேன். முடியாவிட்டால் செத்து மடிவேன்.*

அரசன் : *(விழி திறந்து) அப்படியா! நன்று.*

அரண்மனையில் மற்றொருபுறம் :

(பெண்ணுடல் விசிப்பலகையில் கிடத்தப்பட்டிருக்க அரசியும் மற்றப் பெண்டிரும் சூழ்ந்திருக்கிறார்கள்.)

அரசி : *(துன்பக் கண்ணீருடன்)*

பாண்டிய நாட்டுப் பச்சைக் கிளியே!
தூண்டா விளக்குத் துண்ணென அவிந்ததா?
எவன்செய்த படுகொலை? ஏன் செய்தான் கெடுதலை?

தவம்செய்து பெற்றஉன் தாய் யார்? தந்தையார்?
எவன் பெண்ணே நீதரும் இன்பம் இழந்தவன்?

(பிசிராந்தையார் வருகின்றார்.)

தாங்கமுடியவில்லையே சாவின் காட்சி!

பிசிரா : *சிலந்தி வலை மலையையா தாங்கும்! செவ்விய உள்ளம் தீச்செயல் தாங்குமா? அரசியாரே! அம்மைமாரே! விரை வில் நீங்கள் இவ்விடத்தை விட்டு விலக வேண்டும். மாண்ட உடலை மருத்துவர் ஆராய வேண்டும்.*

அரசி : *உறவின் முறையார் ஒருத்தரும் இல்லையே! நாங்களும் பிரிவது நன்றோ ஐயோ?*

பிசிரா : *(உரத்த குரலில்)*

தாங்காத துன்பத்தால் சாக விருப்பமா?
நீங்கி இருந்து நிலைக்க விருப்பமா?

(அனைவரும் ஒருபுறம் போக மருத்துவப் பெண்டிர் வருகின் றார்கள். பிணத்தின் நிலை ஆராய்கின்றார்கள்.)

மருத்துவச்சி : *உடல் அழுகிவிட்டது. இன்னும் வைத்திருப்பது கூடாது. மேலும் வயிற்றுக்குள் இருந்த குழந்தையும் செத்து விட்டது. அதையும் எடுக்கவேண்டும்.*

பிசிரா : *தச்சுப் புலவரைக் கொண்டு இப்பிணம் போல் அச் செடுக்கச் செய்யவேண்டும். வேலையைப் பாருங்கள்.*

(பிசிராந்தையார் போதல்.)

ஒருபுறம் :

தச்சுப்புலவன் ஒருவனுக்குப் பிசிராந்தையார் கட்டளை யிடுகின்றார்.

பிசிரா : *தச்சுப் புலவரே, இவ்வுடல் எரிக்கப்படவேண்டும். ஆயினும் பிணத்திற்கு உடையவரையும் கொலை செய்தவரையும் கண்டுபிடிக்க அப்பிணம் தேவைப் படுகின்றது. ஆதலின் பிணம் இருக்கும் நிலையில் பாவைப்பிணம் ஒன்று தேவைப்படுகின்றது.*

தச்சன் : *நன்று ஐயா!*

(போதல்)

காட்சி - 5

"உயிர்ப்பிச்சை"

இடம் : *பாண்டிய நாட்டின் தலைநகரான மதுரையில் ஒரு தெரு.*

நேரம் : *காலை*

கதை உறுப்பினர் : *பறையறைவோன், ஊர் மக்கள், அமைச்சன் மனைவி யான அனிச்சை, தோழிமார்.*

நிகழ்ச்சி : *பறை, முழக்கத்துடன் யானை வந்து நிற்கின்றது. ஊர் மக்கள் சூழ்ந்து கேட்கின்றார்கள்.*

பறை முழக்குவோன் :

இந்நேரம் வரைக்கும் தகவ லில்லை
இறந்த மங்கையின் உறவினர் யாவர்?
கொம்பனை யாளைக் கொன்றவன் யாவன்?
என்ற தகவல் கிடைக்க வேண்டும்
இன்று மாலை நான்கு மணிக்குள்
தகவல் ஒன்றுமே தெரியாவிட்டால்
அமைச்சர் அரண்மனைக் கெதிர்வெளி அரங்கில்
தூக்கி லிட்டுத் தொலைக்கப் படுவார்
அரசர் இட்ட கட்டளை அறிக.

(யானை செல்லுகின்றது. கேட்ட அனைவரும் வியப்புக்கு உட்பட்டு, அச்சத்தால், இரக்கத்தால், உடல் நடுங்கித் திகைக்கின்றார்கள்.)

கேட்டவன் 1 : *இன்று வரைக்கும் - கொலை செய்தவன் தகவல் கொடுக்க வில்லையா?*

கேட்டவன் 2 : *கை தவறி உளந்தவறி இப்படிப்பட்ட குற்றம் செய்திருக் கலாம். குற்றத்தை ஒப்புக்கொள்ள வேண்டாமா?*

கேட்டவன் 3 : *ஐயோ, இதற்காக அமைச்சர் அல்லவா ...*

கேட்டவன் 4 : *... மடிய வேண்டியதாகிறது.*

கேட்டவன் 5 : *பாவை ஒருத்தியை இழந்த இந்தப் பாண்டிய நாடு அமைச்சரையும் இழக்கவேண்டுமானால் இந்தத் தொல்லையை யார் பொறுப்பார்?*

கேட்டவன் 6 : *பழி சுமந்தது பாண்டிய நாடு!*

கடைத்தெருவில் ஒருபுறம் :

விற்பாரும் வாங்குவாருமாகிய ஆடவர் பெண்டிர் குழுமுகின்றார்கள். அமைச்சன் மனைவியான அனிச்சை தன் முந்தானை ஏந்தியபடி நிற்கிறாள். தோழியர் சிலர் உடன் நிற்கிறார்கள்.

அனிச்சை :

உங்கள் அமைச்சராம் என்கணவர் சாகின்றார் -

தந்தைமாரே!

உண்மை உரைத்திடுக பெண்கொலை புரிந்தவர்கள் -

அன்னைமாரே!

அங்கம் நடுங்கிடுதே அவர் இறந்தால் நான்வாழேன் -

தந்தைமாரே!

அமைச்சர் இறக்குமுன்னே அறிவிப்பீர் உண்மையினை -

அன்னைமாரே!

உயிர்ப்பிச்சை கேட்கின்றேன் உண்மை உரைத்திடுக

தந்தைமாரே!

உண்மை தெரிந்தவர்கள் உரைக்கா திருப்பதுண்டோ -

அன்னைமாரே!

தயக்கம் சரியாமோ தாய்நாட்டின் பேர் காக்கத்

தந்தைமாரே!

தாண்டாதீர் நல்லறத்தைப் பாண்டியனார் ஆட்சியிலே -

அன்னைமாரே!

தோழிமாரில் 1 :

பெட்டியில் கிடைத்த பெண்ணுடல் பற்றிய

செய்தி இதுவரை தெரியவே இல்லை

இன்று மாலைக்குள் எந்தத் தகவலும்

அகப்படா விட்டால் அமைச்சர் இறப்பார்.

அமைச்சர் இறந்தால் அமைச்சரின் மனைவியார்

அனிச்சையும் இறந்து போவார் அல்லவா?

அன்பு நாட்டின் அன்னை மாரே

அறிவுடை நாட்டின் அப்பன் மாரே

அமைச்சர் மனைவியார் அனிச்சையம்மையை
உயிர்ப்பிச்சை தந்து காக்க வேண்டும்.

(அனைவரும் கண்ணீர் விடுகின்றார்கள்.)

கேட்டவன் 1 :

அஞ்ச வேண்டாம் அம்மை யாரே!
அம்மையார் கணவர் எங்கள் அமைச்சர்
அறிவின் மிக்கவர் நெறி பிழையாதவர்
அவரையா அரசர் தூக்கில் இடுவார்?
அவர்தாம் அப்படிச் செய்தாலும் நாங்கள்
சும்மா இருப்போமா சொல்லுங்கள் அம்மா!
அன்றியும் அடாச்செயல் செய்த அவனே
இப்போதே வந்து ஒப்புக் கொள்வான்.
பண்பாட்டி லுயர்ந்தஇப் பாண்டி நாட்டில் நீர்
கண்ணீர் சிந்தத் தகுமா?
எண்ணங் கலங்கா தேகு வீரே!

கேட்டவன் 2 : *கொன்றவன் நான் தான்! கொன்றவன் நான் தான்! என்னை அரசர் தூக்கில் ஏற்றட்டும்!*

(அனிச்சை வியப்பு - தோழிமார் வியப்பு.)

கேட்டவன் 3 : *யாரை? அந்த ஏந்திழையாளையா?*

கேட்டவன் 2 :

ஊரைக் காத்த உண்மை யாளரை
அறத்தைக் காத்த அமைச்சர் தம்மைத்
தூக்கில் இடுதல் தூய்மை யாகாது
என்னைத் தூக்கில் இடட்டும் அரசர்.

கேட்டவன் 4 : *கொன்றவன் யார்? அதை முதலிற் கூறு!*

கேட்டவன் 2 : *கொன்றவன் நான் தான்! நான்தான் கொன்றவன்!*

கேட்டவன் 4 :

அமைச்சர் உயிரைக் காப்பதற் காக
இவ்வாறு கூறினீர் என்றெண்ணு கின்றேன்
கொன்ற துண்மையா? கூறுவீர் ஐயா!
துய்ய நீர்க்குமிழ் தோன்றும் உடையும்
பொய்யும்அவ் வாறே உடைந்து போகுமே.

கேட்டவன் 2 : அமைச்சரைக் காக்க வேறு வழி ஏது?

(தலையில் அறைந்து கொள்ளுகிறான். அனிச்சையும் தோழிமாரும் மறுபுறம் போகிறார்கள்.)

மதுரைநகர்ப்புற வாயில் :

வெளிநாட்டார் ஏறிவரும் குதிரைகளும், யானைகளும் மூடு பல்லக்குகளும், முன்தானை ஏந்திக் கண்ணீர் விட்டுக் கதறி வரும் அனிச்சை தோழிமார்களைக் கண்டு நின்று விடுகின்றன. பலர் ஊர்தியினின்று இறங்கி

அனிச்சை சொல்வதைக் கேட்டுக் கண்ணீர் விடுகின்றனர். ஒருசிலர் மகிழ்ச்சியுடன் காது கொடுக்கின்றனர்.

அனிச்சை :

கருவினைத் தாங்கிய திருவுடைப் பெண்ணாள்
கொலைசெயப் பட்டாள். குளத்தில் பெட்டியில்
கிடைத்த அவ்வுடல் திடுக்கிட வைத்ததே!
இறந்தவள் யார்? பேரென்ன? கொலைஞன்
யார்? ஏன்? இன்று வரைக்கும் ஒன்றுமே
புரிய வில்லை. அதற்காக மன்னர்
அமைச்சரை என்றன் அருமைத் துணைவரை
இன்று மாலையில் தூக்கில் இடுவாராம்.
சிறியஓர் தகவல் தெரிந்திட் டாலும்.
கண்ணான கணவர் காப்பாற்றப் படுவாராம்.
கொலைபு ரிந்தவர் உண்மை கூறினால்
நிலைக்கும் என் உயிரும் அருளுடையோரே.
உயிர்ப்பிச் சை எனக் கிடுவீர்
துயரம் கண்டும் சும்மா யிருந்நீரே!

கேட்டவன் 1 : *எனவே, இதுவரைக்கும் எந்தத் தகவலும் கிடைக்க வில்லை.*

கேட்டவன் 2 : *துன்பக் காட்சி காணத்தான் போகின்றோம்.*

கேட்டவன் 3 : *பாண்டிய நாட்டிலும் படுகொலை புரிபவன் இருந்தா னன்றோ இதுவோர் புதுமைதான்!*

கேட்டவன் 4 :

குற்றம் புரிந்தவன் வாழ்ந்து கொண்டிருக்கவும்
குற்றம் செய்யாத அமைச்சரைக் கொல்வதா?

கேட்டவன் 5 :

கதிரவன் மேற்கில் கால்வைக் கின்றான்
நகரப் பொதுமன்று நோக்கி நாம் நடப்போம்
உண்போம் சற்றே உறங்குவோம் பிறகு
ஊர்க்குள் தூக்கு மேடை
பார்க்கலாம் விரைவில் வந்தால் தானே!

(ஒரு சிலர் போகின்றார்கள்.)

கேட்டவன் 6 : *எல்லாரும் நல்லவர்! எல்லாரும் செல்வர்! என்ன இறு மாப்புப் பேச்சு? வயிற்றில் கருத்தாங்கிய ஒரு கரும்பின் உயிரைப் படுகொலை புரிந்த கட்டாரிப் பாண்டிய நாடு - சோழ நாட்டுக்கு நிகராவதெப்படி?*

(மற்றவர்களும் போகின்றார்கள்.)

அரண்மனையில் ஒரு புறம்:

(படைத்தலைவனும் பிற அலுவலர்களும் அரசன் வாய் பார்த்துக் காத்திருக்கிறார்கள். அரசன் பின்புறம் கைகட்டி உலவியபடி இருக்கிறான்.)

அரசன் : *மேலுக்கு அமைதி; உட்புறம் குமுறல், தெருவில் நடிப்பு; திரைமறைவில் கொலைக்கான சூழ்ச்சிகள். அடுக்களை யில் அமிழ்தின் தோற்றம்; அகப்பை நிறைய நஞ்சு.*

எத்தனை பேர்கள் வேவுகாரர்கள்! ஊர் காவலர்கள் எத்தனை பேர்கள்! கொலை, களவு முதலிய குற்றங்கள் நடவாமல் பார்த்துக் கொண்டிருந்தார்களா? தூங்கிக் கொண்டிருந் தார்களா அனைவரும்!

கேட்டபோதெல்லாம் கேடு ஒன்றும் நிகழவில்லை என்றே நாட்டி வந்தார்கள் அமைச்சரும் பிறரும்.

இந்த நாழிகை வரைக்கும் குற்றத்தை எவனும் ஒப்புக் கொள்ளவில்லை! ஐயோ அது மட்டுமா? இவள் என் மனைவி! இவள் என் மகள்! என்று கூற ஒருவன், ஒருத்தி முன்வரவேண்டுமே!

நன்று இன்றைய நிலை! இதோ மாலைப்போது அமைச்சர் உயிரைக் குடிக்க வாயைத் திறந்துகொண்டு வருகின்றது.

படைத்தலைவன் : *(அரசனை நோக்கி) தூக்குமேடை வேலை துவக்க வேண்டுமா?*

மன்னன் : *என்னைக் கேட்பதாவது? அங்கே அமைச்சர் இருப்பார். அவரையே கேட்டுக் கொள்ளுவீர்! விரைவாகச் சொல்லுங்கள்.*

மறுபுறம் : *(அமைச்சன் காலடியில், தலைக்குழல் அவிழ ஆடை நெகிழ நீங்கா உயிரோடு கிடக்கின்றாள் அனிச்சை. படைத்தலைவன் வந்து காணுகின்றான்.)*

படைத்தலைவன் : *மாலை வருகின்றது. வேலை துவங்க வேண்டுமா? - அரசரைக் கேட்டேன்; அமைச்சரைக் கேள் என்றார்.*

பாண்டிநாடு பேரிழவு கொள்ளத்தான் வேண்டுமா? வேறுவழி இல்லையா?

சூல்கொண்ட மங்கை துடிக்கத்
துடிக்கத் துறு துறுத்தே
வேல்கொண்டு தாக்கி வெடுக்கென்று
சாய்த்த விலங்கனையான்
கோல்கொண்ட பாண்டிய நாட்டிற்
பிறந்ததும் வாழ்ந்ததுவும்
மால்கொண்டு வாழ்ந்தஎன் னால்,இனிக்
கொண்டிலேன் வாழ்வினையே!

(படைத்தலைவன் கண்ணீர் சிந்தியபடி தலை குனிகின்றான்.)

அமைச்சன் : *தூக்குமேடை வேலை தொடங்கப்படவேண்டும், விரைவில்,*

(படைத்தலைவன் போகின்றான்.)

அமைச்சன் : *(அங்கு நிற்கும் பணியாளனை நோக்கி) என் மேலா டையை நீல ஆடை ஆக்கு! நாழிகை ஆகின்றது. நானும் தலை முழுகி வருகின்றேன்.*

(போகின்றான் அமைச்சன். அரை நாழிகைக்குப் பின்; தோழி வருகின்றாள். வீழ்ந்து கிடக்கும் அனிச்சையைத் தூக்கு கின்றாள்.)

அனிச்சை : *தோழி, துணைவர் எங்கே?*

தோழி : *தூக்கில் ஏறுமுன் தலைமுழுகி வரவேண்டும் என்று சொல்லிப் போகின்றார் அம்மா.*

அனிச்சை : *இருப்பதா நான் மட்டும். நெருப்பை மூட்டு. காதலன் இறந்த பின் கன்னிக்கு இங்கு என்ன வேலை? கட்டை ஏறவேண்டும் என் உடல்.*

(மற்றும் அங்கு வந்த தோழிமார்கள் வாய் வாளாது கண்ணீர் விட்டபடி இருக்கிறார்கள்.)

தோழி 1 : *அமைச்சரைத் தூக்கும் அந்தத் தூக்குமரத்தின் ஆணவத்தை நாம் பார்க்க வேண்டும் அருகில் இருந்து!*

தோழி 2 : *தூக்குமரத்தின் விசையைத் தட்டும்படி அரசர் கை தூக்கி ஆணை இடுவாரன்றோ? அதையும் பார்க்க வேண்டும் அருகில் இருந்து!*

தோழி 3 : *தூக்கில் ஏற்ற என்ன துணிவு இந்த ஆட்சிக்கு? அடுக் காதது செய்யும் அரசர் முகத்தையும் பார்க்கவேண்டும். நாம்*

அருகில் இருந்து. அஞ்சுதல் வேண்டாம் அம்மையே! தூக்கு மேடையை நோக்கிச் செல்வோம்.

அனிச்சை : *நான் புனைந்த மங்கல அணியை வலக்கையில் ஏந்தியபடி!*

(தன் விரலில் அணிந்த கணையாழியைக் கழற்றி - மாலையைக் கழற்றிக் கையில் பிடித்துக் கொள்ளுகிறாள். தோழி ஒருத்தி அனிச்சையைத் தன் தோளில் தாங்கியபடி நடக்க, மற்றவரும் உடன் செல்லுகிறார்கள்.)

காட்சி - 6

"நானே குற்றவாளி"

இடம் : அரண்மனைக்கு எதிரில் அமைந்த வெளி.

நேரம் : மாலை.

கதை உறுப்பினர் : அரசன், அமைச்சன், படைத் தலைவன், அனிச்சை, தோழிமார், பெருமக்கள்.

நிகழ்ச்சி : நீல உடை பூண்டு அமைச்சர் மேடையில் ஒரு பால் அமர்ந்திருக்க, அண்டையில் தலையவிழ்த்து மணவணியும் கணையாழியும் கையில் தாங்கிப் பொட்டிழந்து பூவிழந்து அனிச்சை நீர் சோரும் கண்ணளாய் நின்றழுவ, அரசர் அருகில் வீற்றிருக்கத், தோழிமார் சிலர் அனிச்சையைத் தாங்கி நிற்க, அரசன் பேசத் தொடங்குகின்றான்.

அரசன் : பாண்டிய நாட்டுப் பல்சான்றீரே! தாய்மாரே! செல்வர் எல்லாரும்! நல்லவர் எல்லாரும்!

இந்நாட்டின் நிலை இது என்று நம்பினோம். படு கொலை கண்டு வெம்பினோம். முன் ஆண்ட என் முதியோர் எல்லாம் முறை தவறாமல் ஆண்டார்கள் என்று நாம் படித்ததுண்டு. இன்று இந்தப் படுகொலை கேட்டு நாம் துடித்ததுண்டு, பாண்டிய நாட்டிற் பிறந்த ஒரு பச்சைக்கிளியை, அமிழ்தின் துளியைக் கருப்பம் கொண்டவள் என்றும்

கருதாமல், இரக்கம் நன்று என்பதும் தெரியாமல் படுகொலை செய்து பதுங்கினான். கெடுதலைக் கண்டு நடுங்கினோம். இப்படி ஒரு பழிகாரன் உண்டானால், எப்படி அவன் உண்டானான்? அறம் இப்படி மாய்ந்ததற்கும் அன்பு இப்படிச் சாய்ந்ததற்கும் ஏது இந்நாட்டில் வாய்ப்பு? இதுதானா நம் கண்காணிப்பு? அறம் கோணாதிருக்க வேண்டியதோர் இருப்பு, மறம் தோன்றாதிருக்க வேண்டியதோர் இருப்பு, அமைச்சர் பொறுப்பு, மூன்று நாளில் கொலைபற்றிய உளவைக் கண்டுபிடித்து விடுகின்றேன் என்றார் அமைச்சர். அவ்வாறு கண்டு பிடிக்கத் தவறினால் தூக்கில் ஏறுகின்றேன் என்றார். அப்படியே இதோ நின்றார். இப்போதும் அவரைக் காக்கலாம். தூக்குத் தண்டனையி னின்றும் அவரை நீக்கலாம்.

கொலைபுரிந்தவன்கூறிவிடவேண்டும்;வேறென்ன வேண்டும்?

அமைச்சர் சாகப் போகின்றார். நம்மை விட்டுப் போகப் போகின்றார். அமைச்சர் அருகில் பாருங்கள்! அந்த அம்மை யாரின் நன்மையைக் கோருங்கள்! அமைச்சர் இறப்பார். அம்மையார் உயிர் துறப்பார். இரண்டு சாவுகளைக் காக்கும் நான்தான் கொன்றேன் என்ற ஒரு சொல். ஒரே சொல்! கடைசி நேரம் வேண்டியது நெஞ்சில் சிறிது ஈரம். உண்மை கூற விருப்பம் இல்லையா?

(அமைச்சனைத் தூக்கில் பொருத்தியாயிற்று. தூக்கைத் தட்டென்று சொல்வதோர் சொல் அரசனிடமிருந்து எதிர் பார்க்கப்படுகின்றது.)

அரசன் : *(ஆணையிடத் திரும்புகின்றான்) என்ன?*

அனிச்சை : *ஐயோ! (என்று கதறுகின்றாள்.)*

அரசன் : *என் ஆணை, தூக்கிலிடுக.*

ஒரு குரல் : *நான்தான் கொலை செய்தேன். அமைச்சரைக் கொல்ல வேண்டாம்.*

(கூட்டத்தில் வியப்பு. எல்லாரும் குரல் வந்த பக்கம் திரும்பு கின்றார்கள்.)

(தூக்கைத் தட்ட அரசன் கட்டளையிட்ட மறுகணம் நான் தான் கொலை செய்தேன். அமைச்சரைக் கொல்ல வேண்டாம் என்று ஒரு குரல் கூட்டத்தினின்று எழுந்த வுடன், குரல் வந்த பக்கம் எல்லாரும் திரும்பினார்கள்.)

அரசன் : *தவிப்பு நிலையில் வியப்பின் ஒளி! மேடைக்கு வரவேண்டும்.*

(குரல் உடையான் வந்து மேடையில் ஏறிக் காட்சியளிக் கின்றான்.)

குரல் உடையான் : *நான்தான் கொலை செய்தேன். என்னைத் தூக்கில் போடும்படி அரசரை வேண்டிக்கொள்கிறேன்.*

அரசன் : *உன் பெயர்?*

குரல் உடையான் : *கூற விருப்பமில்லை.*

அரசன் : *இறந்த மங்கைக்கும் உனக்கும் என்ன தொடர்பு?*

குரல் உடையான் : *கூற விருப்பமில்லை.*

அரசன் : *கொலைபுரியக் காரணம்?*

குரல் உடையான் : *கூற விரும்பவில்லை.*

அரசன் : *கொன்றது நீ மட்டுமா? மற்றவரும் துணை புரிந்தார்களா?*

குரல் உடையான் : *நான் மட்டும்*

அரசன் : *கொலைக் கருவி, வாளா? வேலா? கட்டாரியா?*

குரல் உடையான் : *பயனற்ற கேள்வி.*

அரசன் : *குற்றவிளக்கம் இல்லாமல் கொலை செய்யமுடியுமா உன்னை?*

குரல் உடையான் : *கொன்றவன் ஏற்றுக்கொள்ளுகின்றான். கொலை விளக்கம் தேவையில்லை.*

அரசன் : *கொலை செய்த ஒருவன் கூலிக்கு ஆள்பிடித்துக் கொலை செய்ததாக ஒப்புக்கொள்ளச் சொல்லி இருக்கலாமன்றோ?*

குரல் உடையான் : *வீண் மனக்குழப்பம்.*

அரசன் : உன்னை இன்னான் என்றும் கூறவில்லை. கொலை செய்ததற்குக் காரணமும் கூறவில்லை. மூன்று நாட்களில் அமைச்சர் ஆராய்ச்சி செய்து உண்மையை விளக்க வேண்டும். தவறினால், அமைச்சரும் நீயும் தூக்கிலிடப் படவேண்டும், இது என் தீர்ப்பு!

(கூட்டம் கலைகிறது.)

ஒருபுறம் :

பார்த்தவன் 1 : குற்றத்தை ஏற்றுக்கொண்டவன் இந்த நாட்டானா?

பார்த்தவன் 2 : அதிலும் ஐயமா?

பார்த்தவன் 3 : அவன் சோழ நாட்டான் என்று தோன்றுகின்றது.

பார்த்தவன் 4 : சோழநாட்டில் இத்தகைய கொலைகாரன் இருக்கவே மாட்டான்.

பார்த்தவன் 5 : நான் உறுதியாகக் கூறுகின்றேன் அவன் சோழநாட்டான்.

பார்த்தவன் 6 : சோழ நாட்டான் பாண்டிய நாட்டில் வந்து இப்படிப் பட்ட படுகொலை செய்கின்றவரைக்கும் என்ன செய்து கொண்டிருந்தான் பாண்டிய நாட்டான்? இதெல்லாம் வீண்பேச்சு! கொலை செய்ததாக ஒப்புக் கொண்ட ஆள் பாண்டிய நாட்டான்தான்.

பார்த்தவன் 7 : *எல்லாரும் நல்லவர், எல்லாரும் செல்வர், பாண்டிய நாட்டில்.*

பார்த்தவன் 8 : *அது தவறு. பாண்டிய நாட்டில் எல்லாரும் கொலைஞர், எல்லாரும் வறியர்.*

(காட்சி முடிகின்றது.)

காட்சி - 7

“அச்சப் பலகை ஆனையைத் தாங்குமா?”

இடம் : *பிசிராந்தையார் ஊராகிய பிசிர், சோலை.*

நேரம் : *மாலை.*

கதை உறுப்பினர் : *பிசிராந்தையார், மேற்படியார் என்னும் புலவர், உருமாறியுள்ள சோழ இளவரசு, சோழ நாட்டார் இருவர், பாண்டிய நாட்டான் ஒருவன்.*

நிகழ்ச்சி : *மேற்படியாரும், பிசிராந்தையாரும் பேசியிருக் கிறார்கள். ஓடையைத் தாண்டி வர முடியாத யானை தாண்டி வர ஒரு பலகை போடப் பட்டது. யானை அதன் மேல் வரும் நேரம்.*

மேற்படியார் : *எல்லாரும் நல்லவர், எல்லாரும் செல்வர் ஆகும் நிலையை உண்டாக்கினீர்கள் ஐயா!*

பிசிரா : *அரசர் துணையால்.*

மேற் : *அதை யார் மறுப்பார்! அப்படிப்பட்ட நிலையை உண்டாக்கிய நீங்களே, அதைத் தலைகீழாக்க எண்ணுகின் றீர்களா?*

பிசிரா : *தீயாரும் சிலர் இருக்கத்தான் வேண்டும், வறியரும் சிலர் இருக்கத்தான் வேண்டும் என்று எண்ணியதுண்டு, சொல்லியதும் உண்டு.*

மேற்படி : *எல்லாரும் நல்லவர், எல்லாரும் செல்வர் என்ற நிலையே நீடித்தால் வரும் இழுக்கு என்ன?*

பிசிரா : *நீடித்தது! ஏற்பட்ட நன்மை என்ன?*

மேற்படி : *நன்மை இல்லை என்றா சொல்லுகின்றீர்கள்?*

பிசிரா : *நன்மையில்லை, அதனால் தீமைதான் ஏற்பட்டது என்று கூறுகின்றேன். இதில் நீர் வியப்படைவது கண்டு வியப்படை கின்றேன்.*

விரிவாகச் சொல்லுகின்றேன், எல்லாரும் நல்லவ ராகி விட்டார்கள். எல்லாரும் செல்வராகி விட்டார்கள். இதனால் மக்கள் உள்ளம் மென்மை அடைந்து விட்டது. பகைவராலோ இயற்கையாலோ ஏற்படுந்துன்பத்தை - ஒரு சிறிதும் தாங்க மாட்டாதவராகி விட்டார்கள். இதுமட்டுமன்று; முக்குணங்களின் மாறுபாட்டால் மக்கள் உள்ளத்தில் திடீரென நன்மை செய்வதும் தீமை செய்வதும் ஆகிய கோளாறுகள் ஏற்படும். தீமை படையெடுக்கும்போது அதைத் தடுத்துத் தன்னை காத்துக் கொள்ளும் வன்மையும் இல்லாதொழிந்தது.

மேற்படி : *எனவே, எல்லாரும் நல்லவர், எல்லாரும் செல்வர் என்ற நிலைமையால் மக்கள் உள்ளம் மெல்லிதாகி விட்டது;*

வரும் துன்பத்தைச் சிறிதும் தாங்கவில்லை என்றீர்கள். இது எனக்கு விளங்கவில்லை.

(திடும் என ஓர் ஓசை கேட்டு இருவரும் திரும்புகின் றார்கள். ஓடையைக் கடந்த யானை அந்த ஓடை மேலிடப் பட்ட பலகை முறியத் திடும் என ஓடையில் விழுகிறது.)

பிசிரா : *அச்சப் பலகை ஆனையைத் தாங்கவில்லை, மேற்படி யாரே!*

மேற் : *நல்ல எடுத்துக்காட்டு. மெலிந்த உள்ளம் வெம்மையைத் தாங்காது. விளங்கிற்று.*

பிசிரா : *தீயவர் சிலரும், வறியர் சிலரும் தோன்றத்தான் வேண்டும் என்று ஏன் சொன்னேன் எனில், இவ்வாறு தீயவர் சிலரும், வறியர் சிலரும் நாட்டில் தோன்றினால், வாழ்க்கையில் சுவைப் பகுதி இது சுவையற்ற பகுதி இது, என்று உணர முடியும். அதுமட்டுமல்ல அப்போது தானே இன்னும் என்ன வேண்டும் மக்களுக்கு என்று நமக்குப் புரியும்.*

மேற் : *எல்லாரும் நல்லவர், எல்லாரும் செல்வர் ஆகி விட்டார்கள். அவர்கட்கு இன்னும் என்ன வேண்டும்?*

பிசிரா : *வல்லமை வேண்டும்.*

மேற் : *ஓகோ! எல்லாரும் நல்லவர், எல்லாரும் செல்வர், எல்லாரும் வல்லவர், ஓகோ... ஓகோ... !*

பிசிரா : *இன்னும் இதில் உமக்குத் தெளிவு ஏற்படவில்லை போலும்! மேற்படியாரே! இந்த நாட்டில் எல்லாரும் நல்லவரா யிருந்தார்கள் - எல்லாரும் செல்வர்களா யிருந்தார்கள். ஒரு தீயவன் உண்டானான். அவன் கொலை செய்தான். நாடே நடுங்கி அழுதது.*

அவர்களின் அச்ச உள்ளம் தாங்கவில்லை, தீமை யானையை, எல்லாரும் வல்லவர் ஆகி இருந்தால் நிலைமை என்ன ஆகியிருக்கும்? கருப்பமுடைய ஒரு மங்கையை மற்றவன் கொலை செய்யக் கத்தியை எடுப்பானா? எடுத்தான் என்றால் அந்த வல்லவள் அவனைத் தூக்கித் தரையிலல்லவா அடித்திருப்பாள், அவள் குற்றவாளி கூட அல்லள்.

(இதற்குள் மற்றொருவன் வருகின்றான்.)

பிசிரா : *யார்?*

வந்தவன் : *நான் பாண்டி நாட்டான், நாட்டின் இப்போதைய நிலை கண்டு துடிப்பவன். உங்களைக் கண்டு ஓர் ஐயப் பாட்டைக் கேட்டுக் கொண்டு போக வந்தேன். என்னைப் பொறுத்தருள வேண்டுகிறேன்.*

பிசிரா : *இப்போதைய நிலை கண்டு துடிப்பவரோ நீவீர்! ஏன் துடிக்கின்றீர்?*

வந்தவன் : *நீங்கள் துடிக்கவில்லை. உண்மைதான். நாடு துடிக்கின்றது. நான் துடிக்கின்றேன். அதோ தூக்கு மரம் வாய் திறந்து கொண்டிருக்கிறது! அதோ அமைச்சரையும் கொலை*

யாளியையும் அழைத்து வரப் போகின்றார்கள். நீங்கள் துடிக்கவில்லை, உண்மைதான்; நாடு துடிக்கின்றது, நான் துடிக்கிறேன், புலவர் பெருமானே!

பிசிரா : *ஏன்? கொலையாளி கொலை செய்ததற்குள்ள காரணத்தை கூறவில்லையோ?*

வந்தவன் : *எதையும் கூறவில்லை. அதனால்..*

பிசிரா : *அமைச்சரையும் அவனையும் தூக்கில் இட்டு விடுவார் மன்னர் என்று துடிக்கின்றீரோ!*

நண்பரே, கொலை செய்தவன் அவனல்லன். கொலை செய்தவன் வேறு ஒருவன்! அவனும் நான்தான் கொலை செய்தேன் என்று ஒப்புக்கொள்வான். துடிக்காதீர். போய்வருகின்றீர்களா?

வந்தவன் : *நீங்கள் பிசிருக்கு வந்து தங்கியுள்ளீர்; அங்கே எழுந்தருள வேண்டும், ஐயா!*

பிசிரா : *தேவையில்லை.*

(போகின்றான் வணங்கி - கண்ணீரைத் துடைத்துக் கொண்டே.)

ஒருபுறம்:

பிசிராந்தையார் வேறுபுறம் - ஆலடியில் சென்று அமர, உடன் தொடர்ந்த மேற்பாடியாரும் அவருக்குச் சற்றுத் தொலைவில் அடக்கமாக அமர்கின்றார். மூவர்

பிசிராந்தையாரை நோக்கி வந்து வணக்கம் செலுத்து கின்றார்கள். அவர்களில் ஒருவன் மட்டும் பிசிராந்தை யாருக்கு எதிரில் உட்கார்ந்துகொள்ள, மற்ற இருவரும் நின்றபடியிருக்கிறார்கள்.

பிசிரா : *நீவீர் இருவரும் ஏன் நிற்க வேண்டும்? அமர்வதுதானே!*

இருவர் 1 : *நிற்கின்றோமையா!*

பிசிரா : *எந்த ஊர்? என்ன செய்தி?*

உட்கார்ந்திருப்பவன் : *நானும் இவர்களும் சோழநாட்டினர்.*

பிசிரா : *கோப்பெருஞ்சோழனார் நலந்தானே? மங்காத மகிழ்ச்சியுடன் தங்கடமை செய்து வருகின்றாரா?*

உட்கார்ந்திருப்பவன் : *அதுபற்றித்தான் புலவரிடம் சொல்ல வந்தேன். இன்று தூக்கிலிடப் போகின்றார்கள் ஒரு கொலை யாளியை. அந்தக் கொலையாளி சோழநாட்டான். இன்று சோழ மன்னர் ஆட்சி கொலைகாரர்களையும், கொள்ளைக் காரரையுமே உண்டாக்கி வருகின்றது. வறுமை தாண்டிக் குதிக்கிறது சோழநாட்டில்.*

பாண்டிய நாட்டிற்கும், சோழநாட்டிற்கும் போர் மூண்டால் நாம் வியப்படைவதற்கில்லை. எல்லாரும் நல்லவர். எல்லாரும் செல்வர் என்ற நிலையில் வைக்கப் பட்டிருக்கும் பாண்டிய நாட்டில் சோழ நாட்டான் புகுந்து நிலை கலக்கினான் என்றால், இரு நாடுகளுக்கிடையில் அமைதி

வாழப்போகின்றதா? இந்த நிலையை - சோழ நாட்டான் பாண்டிய நாட்டிற்சென்று நடத்தியுள்ள இந்தக் கொலையைச் சோழமன்னன் காதில் போட்டோம்; மன்னர் வருந்தவில்லை; நாணவில்லை. அதற்கு மாறாகப் பாண்டியநாட்டு நிலையை அவர் தாழ்வுப்படுத்திப் பேசினார், கற்பிழந்த பெண்டிர் வாழும் நாடு பாண்டிய நாடு என்று கூறி மகிழ்கின்றார். இந்தத் தீய உள்ளத்தை நாட்டு மக்கள் அறிந்து வருந்துகின்றார்கள்! மன்னர் இந்த நிலையை அடைந்ததற்குக்காரணம் அவரின் முதுமையே என்று முடிவு செய்கின்றார்கள். மகனிடம் ஆட்சிப் பொறுப்பை ஒப்படைக்கச் சொல்லுகின்றார்கள். அரசர் காதுகொடுக்கவில்லை.

ஆட்சிக் கட்டிலில் ஒட்டிக்கொண்டிருக்கவே ஆசைப்படுகின்றார்.

பிசிரா : அதற்கென்ன செய்யலாம் சொல்லுங்கள்.

உட்கார் : புலவர் சோழ நாட்டுக்கு வரவேண்டும். சோழவேந்தருக்கு அறிவுரை கூறவேண்டும், நாடு நல்லவண்ணம் இருக்க வேண்டுமானால் அரசர் விரைவில் ஆட்சியை மகனிடம் ஒப்படைக்க வேண்டும்.

புலவரே! உங்கள் சொல்லுக்குச் சோழமன்னர் பெரு மதிப்பு வைப்பவர். இதை நீங்கள் செய்ய வேண்டும். சோழ நாட்டைக் காப்பாற்ற வேண்டும்.

இன்று அமைச்சரைத் தூக்கில் இடாமல் காக்க வேண்டி யதும் உங்கள் பொறுப்பு. அதே நேரம் கொலை

யாளியைத் தூக்கி லிட்டுக் கொலை செய்து தண்டிக்க வைக்க வேண்டியதும் உங்கள் பொறுப்பு.

பிசிரா : உலகு தொடங்கிய நாளிலிருந்து இன்றுவரைக்கும் மேம்பட்டு வருகின்ற சோழர் ஆட்சியின் அடிப்படையிலேயே மாசு ஏற்பட்டு விட்டதா?

உட்கார் : அப்படி ஒன்றுமில்லை.

பிசிரா : போகட்டும், இன்னொன்று கேட்க விரும்புகின்றேன். தமிழனின் உயிர் தமிழே ஆகும். தமிழிற் பற்றில்லாதவன் தமிழன் அல்லன். அவன் உயிருடையவனும் அல்லன். சோழமன்னன் தமிழ் வளர்க்கும் பணியில் மனத்தளர்ச்சி அடைந்ததுண்டா?

உட்கார் : அப்படி ஒன்றுமில்லை.

பிசிரா : போகட்டும்; மற்றொன்று கேட்க விரும்புகிறேன். ஆட்சித் துறைகள் ஆறு. அவை உழவு, தொழில், வாணிகம், வரைவு, தச்சு, கல்வி என்பன. இந்த ஆறு துறைகளில் ஏதாவது அசைவற்றுப் போனதுண்டா? செவ்வனம் நடவாது போனதுண்டா?

உட்கார் : அப்படி ஒன்றுமில்லை.

பிசிரா : வேறு என்ன குறைபாடு கூறுகின்றீர் சோழமன்னர் மேல்?

உட்கார் : மூப்பின் வாய்ப்பட்ட மன்னர், தம் காப்புத் தொழிலில் கண்கெட்டு வருகின்றனரே என்றேன். அன்றியும், புலவரே! தலைக்குயர்ந்த பிள்ளைகள் இருக்கையில் அவர்கட்கு முடிசூட்டாமல் இவரே தொல்லையுற்று வருவதில் மக்கட்கு வெறுப்பு ஏற்படாதா என்று கேட்கின்றேன்.

பிசிரா : இன்ன துறையில் கண்காணிப்பில்லாத காரணத்தால் இன்ன குற்றம் ஏற்பட்டது என்று கூறுங்கள்.

உட்கார் : பாண்டிய நாட்டில் ஏற்பட்ட படுகொலைக்குச் சோழ நாட்டின் தீய ஆட்சியேதான் காரணம் என்று கூறுகின்றேன்.

பிசிரா : படுகொலையின் முடிவு தெரிந்துவிடவில்லை. சோழ நாட்டானே இந்தக் கொலைக்குற்றம் புரிந்தான் என்று கூற முடிந்தாலும், சோழ மன்னன் ஆட்சி மாசு பட்டு விடாது. மாசுபட்டதாகச் சொல்லப்படலாம்.

(இந்த நேரத்தில் ஆலினின்று பறவை எச்சமிடுகின்றது. அது உட்கார்ந்திருப்பவனின் துடை மேல் விழுந்ததால் அவன் முகம் சுருங்குகின்றது.)

பிசிரா : நண்பரே, இது ஆலின் குற்றமன்று. அந்த ஆலின் நிழலில் அண்டிய பறவை செய்த குற்றம். ஆலைப் பாருங்கள்! அதன் வேரைப் பாருங்கள்! அடிமரத்தைப் பாருங்கள்! கிளை இலைகளைப் பாருங்கள்! அவை மாசற்றவை! இருந்தபடியே இருக்கின்றன. பறவை இழைத்த குற்றம், ஆலமரம் இழைத்த குற்றமன்று. இருக்கட்டும், மற்றொன்று கேட்க

விரும்புகின்றேன், உங்களை! தமிழர் நிறை மனைவியின் கற்பை வைத்து நிறுக்கப்படும் தமிழ்நாட்டில் சோழமன்னர் மனைவியார் கற்புத் தவறியதுண்டோ?

உட்கார் : (சினத்துடன்) என் அன்னையரா?

பிசிரா : முகமூடியைத் கிழித்துக் கொண்டீர் இளவரசே! பண்பு வேறுபாட்டால் தந்தைக்கு மாசு ஏற்படுத்த முனைந்து விட்டீர், ஆலின் மேலிருந்து எச்சமிடும் பறவை போல? உங்கள் மனநிலை திருந்த வேண்டும். அல்லது பொறுத் திருக்கவேண்டும். குறைபாடுள்ளது உலகம். பல திருத்தங்களைப் பெறவேண்டும், அது. அதற்கான கருவூலம் உம் தந்தையார் சோழ மன்னர்.

இளவரசன் : புலவரே, நீங்கள் தூக்குமேடை, நோக்கி வரவேண்டு மல்லவோ?

பிசிரா : வருகின்றேன்.

இளவ : அமைச்சரைக் காக்க வேண்டுமல்லவோ?

பிசிரா : தீர்ப்பு அறத் தராசில் வைக்கப்பட்டுவிட்டது. தீர்ப்புக் கூறுவோன் உரிமையில் தலையிட எவனுக்கும் உரிமை யில்லை, தலையிடுவது இழிசெயலும் ஆகும்.

இளவ : சோழநாட்டுக் கொலையாளிக்கு ஏற்ற தண்டனை ஏற்பாடு செய்வது பிழையா?

பிசிரா : பிழையில்லாமல் வேறென்ன?

இளவ : எது எப்படியிருப்பினும் அங்குப் போகலாம் வாருங்கள்.

பிசிரா : நன்று. போகலாம்.

(போகின்றார்கள்.)

காட்சி - 8

"நானே கொலை செய்தேன்"

இடம் : *தூக்குமேடை*

நேரம் : *தூக்கிலிடும் நேரம்.*

கதை உறுப்பினர் : *அமைச்சன், அரசன், கொலையாளி, பிசிராந்தையார், மேற்படியார், பெருமக்கள், அமைச்சர் மனைவி அனிச்சை.*

நிகழ்ச்சி : *துன்பக்கேணியில் அனைவரும் ஆழ்ந்து கிடக் கின்றார்கள். என்ன தீர்ப்பு என்று ஆவல் கொள்ளு கிறார்கள்.*

அரசன் : *பெருமக்களே! படுகொலை புரிந்ததாகக் கூறினான்; கடுகளவு காரணமும் கூற மறுத்தான். இந்தப் படுகொலை யின் உட் புறத்தில் கெடுதலையுள்ளங்கள் ஆயிரமிருக்கும். அவைகளைக் கண்டறிந்தால் களைகளை அடியோடு வெட்டியதாகும். நாடு மாசு நீங்கும். உளவை வெளிப்படுத்துவேன் என்ற அமைச்சர் அது செய்யவில்லை. கடன் பட்டவர் அக்கடனைக் கழிக்கவில்லை. தண்டனைக்காகக் காத்திருக்கிறார். கொலைக் காரணம் தெரிந்தவர்கள் இங்கிருந்தால் கூறி, அமைச்சரைக் காக்கலாம். இல்லை, இல்லையா? தூக்குக!*

ஒருகுரல் : *நானே கொலை செய்தேன்! தூக்கில் இடுக என்னை!*

(ஓர் இளைஞன் மக்கள் கூட்டத்தைக் தாண்டித் தூக்கு மேடையை நோக்கி ஓடி வருகின்றான். கூட்டத்தில் வியப்பு.)

அரசன் : *நீரோ கொலை செய்தீர்! ஏன் கொலை செய்தீர்? உமக்கும் இறந்த மங்கைக்கும் என்ன தொடர்பு? பொது நலங்கருதி எல்லாவற்றையும் விளக்க வேண்டுகிறேன்.*

இளைஞன் : *எதையும் கூற விரும்பவில்லை பொது நலங்கருதி.*

அரசன் : *இப்படிக் கூறினால் உம்மை எப்படித் தண்டிப்பது? முன்னர் அவர் சொன்னார், நானே கொலை செய்தேன் என்று.*

இந்நாள் நீர் சொல்லுகின்றீர் நானே கொலை செய்தேன் என்று. இதுபோல் இன்னமும் இருக்கக் கூடுமே! எதிர்வந்த உம் சொல்லிலும் பொய்ம்மை இருக்கக் கூடுமே! உண்மை விளக்கம் ஆக வேண்டாமா? இப்படியெல்லாம் நீண்டு கொண்டு போனால் நாம் அமைச்சரையல்லவா இழக்க நேருகின்றது?

பிசிரா : *அமைச்சருக்கு ஒன்றானால் அரசர் வாழமாட்டார். அறுதி யிட்டுக் கூறுகின்றேன்; அரசருக்கு ஒன்றானால் நான் உயிர் வாழேன். இதோ செத்துக் கொண்டிருக்கிறார்கள் அன்னை அனிச்சையார்.*

அப்பரே, திரையை விலக்குங்கள், நடந்ததை, நீங்கள் கண்டதை அப்படியே நடத்துங்கள். நாடகத்துள் நாடகத்தை

மக்கள் ஆவலாய் எதிர்பார்க்கின்றார்கள். பாவாணர்கள் பதைக்கின்றார்கள். பாட்டு எழுத!

இளைஞன் : *நான் மட்டும் நடந்ததைக் கூற முற்பட்டால் கதை வரிசைப் பட்டு வராது. (இதோ இதற்குமுன் நான் தான் கொலை செய்தேன் என்றவனைக் காட்டி) இவரும் ஒத்துழைக்க வேண்டும்.*

அவன் : *பொது நலம் கருதி.*

காட்சி - 9

"நாடகத்துக்குள் நாடகம்"

இடம் : *பாண்டிய நாட்டில் ஒரு தோப்பு. அதுசார்ந்த ஒரு தாமரைக்குளம்.*

நேரம் : *மாலை*

உறுப்பினர் : *பாண்டிய நாட்டுப் பச்சைக்கிளி. சோழநாட்டுத் தூயன், சிறுமியர் பலர்.*

நிகழ்ச்சி : *தாமரைக் குளம் நோக்கித் தண்ணீர் எடுக்க வந்த சிறுமியர் குடத்தை ஒரு புறம் வைத்துவிட்டுப் பாடி ஆடுகின்றார்கள்.*

(பாட்டு)

குளிர் - தென்றல் ஓடைதனில் ஆடுவோம்
தென்னவன் சந்தனப் பொதிகையைப் பாடுவோம்.
(தென்றல்)

அன்றன்று மலர்ந்த மலர் மணத்தையும்
அணுஅணு வாகிய தங்கப் பொடியையும்
சென்று சென்று தென்னகம் பரப்பும்
சேயிழைமார் தமையும் மகிழச் செய்யும் ***(தென்றல்)***

கிளையின் தளிரை மெல்ல அசைக்கும்

கேட்க இனிக்கும் பண்ணும் இசைக்கும்

துளி துளியாக மலர்த்தேன் மாரி

தூவும்! நாமெலாம் அன்புடன் தாவும் ***(தென்றல்)***

அன்னை தழுவிய செங்கையின் நலமோ

அன்பர் செய்யும் துணையின் நலமோ

பொன்னிறக் கலவைப் பூச்சின் நலமோ

புலவர் கொள்ளும் மகிழ்ச்சி நலமோ ***(தென்றல்)***

நிலைமை : *ஆடிப்பாடியிருந்த சிறுமியர் அங்குமிங்கும் ஓடுகின்றார்கள். ஒருபுறம் குரங்கு விளாம்பழம் பறித்துப் போடுகிறது. அதை நோக்கிக் கையேந்தி நிற்கின்றார்கள் சிறுமியர் சிலர். பச்சைக் கிளி நெல்லிமரத்தில் ஏறிக் கிளைமுறிந்ததால் அங்கிருந்த சேற்றில் விழுகின்றாள்.*

ஒருத்தி : *ஐயோ! மேலெல்லாம் சேறாகிவிட்டதே!*

மற்றொருத்தி : *எழுந்திரு! குளித்துவிடு! ஆடையை நனைத்துப் பிழிந்துவிடு.*

(பச்சைக்கிளி குளிக்கின்றாள். தன் குடத்தைக் குளத்தில் கவிழ்த்து அந்தத் தெப்பத்தின் உதவியால் நடுக்குளத்தில் நீந்தி விளையாடுகின்றாள்.)

ஒருத்தி : *கரடி!*

(கரையிலிருந்தவர்கள் வேறுபுறமாக ஓடிவிடுகின்றார்கள். பச்சைக்கிளி நடுக்குளத்தை விட்டுக் கரை திரும்ப முடிய வில்லை. கரடி குளத்தின் ஓரம் அணுகுகின்றது.)

பச்சைக்கிளி : *ஐயோ, குளத்திலும் இறங்க வருகின்றதே! எல்லோரும் எங்கே போய்விட்டீர்கள்?*

(இதற்குள் ஓடிவந்த தூயன் என்ற இளைஞன் கல் ஒன்றைத் தூக்கி - மரத்தின் மேல் ஏறி நின்றபடி - கரடி மேல் விட்டெறியக் கரடி ஓடி விடுகின்றது.)

பச்சைக்கிளி: *தொலைந்துவிட்டதா? திரும்பி வருமா?*

தூயன் : *ஏன் இத்தனை வெறுப்பு ?*

பச்சை : *விரும்பச் சொல்லுகிறீர்களா?*

தூயன் : *வேறென்ன?*

பச்சை : *என்னைப் பிடிக்க வரவில்லையா அது?*

தூயன் : *எப்படித் தெரிந்துகொண்டாய் அதை?*

பச்சை : *என்னை நோக்கித்தானே குளத்தில் இறங்கப் பார்த்தது?*

தூயன் : *அப்படி உன்மனம் குழப்பம் அடைந்தது!*

பச்சை : *சரி! அதை விரும்பச் சொன்னீர்களே, ஏன்?*

தூயன் : *தண்ணீர் குடிக்கக் குளத்தில் இறங்கியது. அதன் விருப்பத்தைத் தடுத்தேன் நான்! அவ்வாறு செய்தும் என்னையும் உன்னை யும் அது மன்னித்தது. ஊறு செய்தவர்களை விலங்குகள் மன்னிப்பது அரிது!*

பச்சை : *அது எதிர்த்திருந்தால்... !*

தூயன் : *அஞ்சி ஓடியிருப்பேன். ஓடுவதால் எனக்குத் துன்பம் ஏற்பட்டிராது. நான் ஓடிய பின் உன் நிலை என்னாகுமோ என்று எண்ணித் துன்பமடைய நேர்ந்திருக்கும்...*

பச்சை : *அப்படியா... ஆம் மெய்தான். இப்போது நீங்கள் வரா திருந்தால்...*

தூயன் : *நான் வராதிருந்தால், எனக்குத் தொல்லை ஏற்பட்டிராது.*

பச்சை : *என்ன தொல்லை உங்களுக்கு?*

தூயன் : *உன்னை விட்டுப் பிரிய வேண்டுமே இப்போது!*

பச்சை : *கரடி வராது. நீங்கள் போகலாம்.*

தூயன் : *கரடி வராது. உன்னிடம் சென்ற மனமும் வரமாட்டேன் என்கிறது.*

பச்சை : *அதற்கு நான் என்ன செய்வது?*

தூயன் : *சொன்னால் செய்கின்றாயா? உன் பெயர் என்ன?*

பச்சை : *பச்சைக்கிளி!*

தூயன் : *பச்சைக்கிளியே, சொன்னால் செய்கின்றாயா? - உன் மனத்தை என்னிடம் அனுப்பு!*

பச்சை : *அப்படி என்றால் என்ன?*

தூயன் : *எனக்கு உன்மேல் ஆசை! உனக்கு என்மேல் ஆசை தானே.*

பச்சை : *கரடியிடமிருந்து காத்ததற்காக.*

தூயன் : *நன்றி செலுத்துகிறாயா?*

பச்சை : *ஆமாம்!*

(உடையைப் பிழிந்து உடுத்துக் கொண்டாள்.)

தூயன் : *ஆசை வைத்தேன் உன் மேலே, அப்படிச் செய் நீ என் மேலே!*

பச்சை : *பின்னே, ஆசை வைக்காமலா இருக்கிறேன்?*

தூயன் : *பேசிக் கொண்டே போகலாம்!*

பச்சை : *கரடி வராது, நான் போகிறேன்!*

தூயன் : *ஆசை வைத்த இப்படியா பேசுவது?*

பச்சை : *கூடவே வர வேண்டுமா?*

தூயன் : பின்னென்ன?

(போகிறார்கள்; வழியில்)

பச்சை : என்னை எதிர்பார்த்துக்கொண்டே இருப்பார்கள் அம்மா அப்பா!

தூயன் : இவர் யார் என்று கேட்டால் என்ன சொல்லுவாய்?

பச்சை : உங்களையா? கரடியிடமிருந்து இவர்தாம் காப்பாற்றினார் என்று சொல்லுவேன்.

தூயன் : ஏன் கூட வருகிறார் என்று கேட்டால்?

பச்சை : இவருக்கு என் மேல் ஆசை என்று சொல்லுவேன்.

தூயன் : வருத்தப்படுவார்களோ என்னமோ!

பச்சை : வருத்தப்பட மாட்டார்களே!

தூயன் : என்னையும் இங்கே இரு என்று சொல்லுவார்களா?

பச்சை : ஏன் - உங்களுக்கு வீடு இல்லையா?

தூயன் : நீயும் நானும் திருமணம் செய்துகொள்ள ஒப்புவார்களா, என்றேன்!

பச்சை : என்னமோ தெரியவில்லையே?

தூயன் : என்னை நீ மணந்து கொள்ளுகிறாயா?

பச்சை : *என்னமோ தெரியவில்லையே?*

தூயன் : *அட! என்மேல் ஆசை என்று சொன்னாயே?*

பச்சை : *ஆசைதானா திருமணம்.*

தூயன் : *பின்னென்ன?*

பச்சை : *என் பெற்றோர்களைக் கேட்டுத்தான் சொல்ல வேண்டும். எனக்கொன்றும் புரியவில்லை!*

வீடு

தாய் : *இவர் யார் அம்மா? ஏன் இத்தனை நேரம்? உன்னோடு வந்த பெண்கள் எல்லோரும் முன்பே வந்து விட்டார்களே!*

பச்சை : *என்னை அவர்கள் விட்டுவிட்டு ஓடி வந்து விட்டார்கள். கரடியிடமிருந்து இவர் தாம் என்னைக் காப்பாற்றினார்.*

தாய் : *அப்படியா? நீ யார் தம்பி?*

பச்சை : *அவருக்கு வீடு இல்லையாம்? அவர் இங்கேயே இருக்கட்டுமே அம்மா.*

(தாய் முகத்தைத் தூயன் நோக்குகிறான்.)

தூயன் : *நான் இருப்பது சோழ நாடு. பாண்டிய நாட்டின் அழகு பார்க்க வந்தேன். தோப்புக்குச் சென்றேன். கரடி வந்ததால் மற்றப் பெண்கள் ஓடிவிட்டார்கள். தனியாய்*

இருந்த பச்சைக் கிளியைக் காப்பாற்றி அழைத்து வந்தேன். இங்குச் சில நாள் தங்கிப் போகலாம் என்பது என் விருப்பம். உங்கள் ஒப்புதல் எப்படியோ!

தாய் : நன்றாய்! இங்கேயே தங்கியிரு! ஊரையெல்லாம் சுற்றிப் பார்த்துவிட்டுப் போ, தம்பி, கையலம்பிச் சாப்பிடு!

காட்சி - 10

"மிளகு வண்டிகள்"

இடம் : பச்சைக்கிளி வீடு

நேரம் : மாலை

உறுப்பினர் : பச்சைக்கிளியின் தந்தையாகிய பட்டுக்குடை, ஆட்கள், பச்சைக்கிளி யின் தாய் முத்துநகை, மான்வளவன்.

நிகழ்ச்சி : மிளகு ஏற்றிச் சென்ற வண்டிகள் வந்து வீட்டெதிர் நின்றன. பட்டுக்குடை வண்டியினின்று ஆட்களுடன் இறங்குகின்றான். மனைவி எதிர் கொள்கிறாள்.

பட்டுக்குடை : முத்துநகை நலமா? வாணிகம் நன்று. வருவாய் மிக நன்று. பச்சைக்கிளி எங்கே? மரப்பாவைகள் வாங்கி வந்தேன் அழகழகாய்!

முத்துநகை : பாவை கேட்கும் பருவம் போயிற்று. இப்போது பன்மணிக் கோவை கேட்கின்றாள். தோழிமார் வந்தார்கள். தோப்பு நோக்கிச் சென்றார்கள். உடன் சென்றாள் பச்சைக்கிளி.

(உள்ளே போகின்றான் பட்டுக்குடை.)

தோப்பில் ஒருத்தி : முன்னாளில் இது தோப்பு! இந்நாளில் இது சோலை என்னும் இன்பத்தின் வாய்ப்பு! முன்னாளில் இது

குரங்கு விளாம் பந்தடிக்கும் குறுங்காடு; இந்நாளில் மணமலர் வீடு.

தடுத்து விழுந்தால் தலைதப்பாத கொலைக் களம் அப் போது! படித்துறை அமைந்த தாமரைக் குளம் இப்போது.

கரடி ஓடிவரும்! கருங்குரங்கு தேடிவரும்; கருஞ் சிறுத்தை கொல்ல வரும்; பெரும்புலிகள் தொல்லை தரும். கொன்றை ஒரு வரிசை, கோங்கு மறுவரிசை, கோட்டுப்பூ, கொடிப்பூ, நீர்ப்பூ, நிலப் பூ வரிசை வரிசை!

தாமே வந்தன அல்ல, தாமரை அழைக்க வந்த அன்னங்கள்!

ஒளித்து ஒளித்து ஓடவில்லை; ஏன்? அவை வளர்த்து விட்ட மயில்கள்!

அந்த ஈக்கள் கற்ற பாக்கள் எழுப்பும் பூக்களை! மணம், அவற்றின் இயற்கைக் குணம்! தங்கச் சரக்கொன்றைத் தள்ளும். அங்குச் சரக்கொன்றை சிந்தாம்; அரைபாடிய வண்டு பின் ஓடிச் செந்தாமரை பாடும்; போதாக் குறைக்கு வெண்டாமரை பாடும்.

சில்லி வண்டு அல்லி பாடிப் பின் மல்லிகை பாடும். எங்கப்படிப் போயிற்றென்று பார்த்தால் தும்பி தங்கப் பொடி அள்ளித் தாவி அன்னத்தின் கண்கெடுக்கும் அப்பாவி! தூவித் தூவி.

முளரி : *ஒன்றல்ல; ஆயிரமலர்களின் மணத்தை அள்ளி, இன்றல்ல - எந்நாளும் இன்பம் தருமிந்தத் தென்றல்.*

பொன்னை நடுவிற் சுமந்த புன்னை;

அண்டையில் அலரி மாணிக்கத் தென்னை.

தங்கம் : *ஒளிந்தாடுவோமா பச்சைக்கிளி?*

கொன்றை : *ஆடுவோம், ஆனால் ஒன்று. வெய்யில் மேற்கில் விழுந்தவுடன் ஒருத்தி மற்றவர்க்காகக் காத்திருக்காமல் ஓடிவிட வேண்டும் வீட்டுக்கு!*

பச்சைக்கிளி : *நினைப்பு வருகிறது. நான் சின்னவளாயிருந்த போது, கரடி வந்ததென்று என்னை விட்டு ஓடி விட்டார்கள் கூட வந்த குட்டிகள்! நடுக்குளத்தில் தத்தளித்தேன் நான்! அருள் ஒழுகும் கண்ணன் ஒருவன் என் உடன் பிறந்த அண்ணன் போல் வந்து காத்தான் என்னை. அவன் என்னோடு வீட்டுக்கு வந்தான். அடுத்தடுத்து வருவான்; போவான். இப்போது நாம் பிரிவது கூடாது!*

தங்கம் : *ஒன்று செய்யலாம். அதோ அந்தப் புன்னையடியில் ஒருவரை ஒருவர் எதிர்பார்த்துக் காத்துக்கொண்டிருக்க வேண்டும். சேர்ந்தே போகவேண்டும். வீட்டுக்கு.*

முளரி : *அப்படியானால் துவக்குங்கள் ஆட்டத்தை!*

(முளரியின் கண்கள் கட்டப்பெறுகின்றன. மற்றவர் பல புறங்களிலும் ஓடி மறைகிறார்கள். முளரி கட்டவிழ்த்துப் பார்க்கின்றாள் பல புறங்களிலும்.)

ஒருபுறம் : *மான் ஒன்று ஆடுகின்றது. அதன் எடுத்தடி ஊன்றல் தாளத்திற்கு ஒத்ததாக இருக்கின்றது.*

அப்பக்கம் ஓடிவந்த பச்சைக்கிளி பார்த்து வியந்து நிற்கின்றாள்.

மானிடம் காணப்படும். செயற்கை முறையை அவள் மறக்கின்றாள். அவள் உள்ளம் கலைத்திறத்தில் கவிழ்கின்றது. இரு கைகளையும் கூப்பிய படி தாளம் போடுகின்றாள். அவள் கால்கள் நிலைக்கவில்லை; நிலைபெயர்கின்றன; ஆடத் தொடங்கி விடுகின்றாள். அதே தாளமுடைய பாட்டொன்றை அவள் வாய் விட்டுப் பாடத் தொடங்கி விடுகின்றாள். தன்னை மறந்தவளாய்!

பாட்டு

முத்தமிழ் மணப்ப தென்ன இந்நாட்டிலே – முத்து
முல்லை மணப்ப தென்ன தென்னாட்டிலே!
ஒத்தவர் மணப்பதென்ன இந்நாட்டிலே – நல்ல
உண்மைகள் மணப்ப தென்ன தென்னாட்டிலே!

வித்தகம் பிறந்த தென்ன இந்நாட்டிலே- நல்ல
வீரர் பிறந்த தென்ன தென்னாட்டிலே!
தத்துவம் பிறந்த தென்ன இந்நாட்டிலே – நல்ல
தருமம் பிறந்த தென்ன தென்னாட்டிலே

முறைகள் விளைந்த தென்ன இந்நாட்டிலே – நல்ல
முத்து விளைந்த தென்ன தென்னாட்டிலே!
மறைகள் விளைந்த தென்ன இந்நாட்டிலே – நல்ல
வாய்மை விளைந்த தென்ன தென்னாட்டிலே!

இறைமை சிறந்த தென்ன இந்நாட்டிலே- நல்ல
ஈதல் சிறந்த தென்ன தென்னாட்டிலே!
திறமை சிறந்த தென்ன இந்நாட்டிலே – நல்ல
திருவும் சிறந்த தென்ன தென்னாட்டிலே

ஒருகுரல் : *மாலையும் போனது வாடி, பச்சைக்கிளி!*

(இந்த அழைப்பு அவர்கள் விரைந்தாடும் நிலையை ஊடுருவுகின்றது. மான் ஆடாது நிற்கின்றது. பச்சைக் கிளி பாடாமல் ஆடாமல் நிற்கிறாள். அதன்பிறகு சோர்வு அவர்களைக் கொள்கின்றது. மான் நிலை தளர்ந்து விழுகின்றது. பச்சைக்கிளி விழுகின்றாள் சோர்ந்து.)

பச்சைக்கிளி : *கலையுலகைப் பிரிந்தோம்!*

மான்வளவன்: கவலையுலகில் வீழ்ந்தோம்!

பச்சை : *தோழிமார்கள் காத்திருப்பார்கள். எழுந்திருக்கவும் வலியில்லை எனக்கு.*

மான் : *மெல்ல எழுந்திரு!*

(தூக்கி விடுகிறான்.)

பச்சை : *நல்ல உதவிக்கு நன்றி!*

மான் : *உன் பெயர்.*

பச்சை : *பச்சைக்கிளி!*

மான் : *மான் என்று ஆடுவேன். மான் வளவன் நான். இந்த நாடு!*

பச்சை : *என் நாணம் என் வாயை அடைக்க வேண்டாம். நான் உன்னைத்தான் மணப்பேன். நீயும் அப்படித்தானே?*

மான் : *அப்படியானால் நாம் பெற்றோருக்கு அறிவிப்போம், நம் கருத்தை!*

பச்சை : *அவர்கள் ஒப்பாவிட்டால் ...*

மான் : *அவர்கள் தங்களுக்குண்டாகும் மரியாதையை இழக்கவா எண்ணுவார்கள்?*

பச்சை : *எப்போது திருமணம் நடக்கும்?*

மான் : *இப்போது!*

(அன்பு முத்தம்! தோழிமார் வந்து விடுகின்றார்கள். அவன் போகிறான். அவள் நாணி நிற்கின்றாள்.)

தோழி - 1 : *சந்தனச் சேற்றில் புதைந்தது அந்தத் தங்கத் திரு மேனி. இதழமுதில் நனைந்தது இந்த இன்பத்தமிழ்! நல்ல வேடிக்கை!*

தோழி - 2 : *இளமையின் வாழ்க்கை!*

பச்சைக்கிளி : *வீட்டில் சொல்லிவிட வேண்டாம்!*

தோழி - 3 : *சொல்லச் சொன்னானே உன் அகமுடையான்.*

பச்சை : *ஐயோ, எப்போது...?*

தோழி - 1 : *சொன்னால் தப்பேது? விரைவில் திருமணம் நடக்க வேண்டாமா? நீயும் இந்தத் துன்பநிலையைக் கடக்க வேண்டாமா?*

தோழி - 2 : *பச்சைக்கிளி! எனக்குத் தெரியும், இனி என்ன செய்ய வேண்டும் என்பது!*

(போகின்றார்கள்.)

சோழநாட்டில் ஒரு புறம் - ஒரு வீடு

சோழநாட்டுத் தூயன் : *(தன் தாயை நோக்கி) பாண்டிய நாட்டில் அந்தப் பச்சைக் கிளியைத்தான் நான் மணப்பேன். நீங்கள் சொல்லும் குரங்கை நான் மணக்கவே மாட்டேன்.*

தாய் : *அவளைத்தான் நீ மணந்து கொள்ளவேண்டுமென்று நானா சொன்னேன்? நானா சொல்வேன்! பண்பாடுள்ள தமிழ்மகள் அப்படிச் சொல்வாளா தம்பி? பாண்டிய நாட்டுப் பச்சைக் கிளிக்கு நல்லுதவி செய்ய உனக்கு வாய்ப்புக் கிடைத்தது. அவள் உன் மட்டில் நன்றி யுடை யவள்! - அன்புடையவளா? இதை நீ நன்றாய் ஆராய்ந்தாயா? நீ காதல் செலுத்துகின்றாய். அவளும் அப்படித் தானா? உன் மேல் எனக்கு ஆசை என்றாள். அவள் இளையவளாயிருந்த போது! அவள் சொன்ன ஆசை, காதல் இல்லை தம்பி!*

தூயன் : எனக்கும் அந்த ஐயப்பாடு உண்டு. ஆயினும் அவள் பெற்றோர் என் மீதில் அன்புடையவர்கள் அம்மா. சென்ற திங்கள் கூடச் சென்று அவர்கள் வீட்டில் விருந்துண்டேனே!

தாய் : விருந்திட்டார்கள். வந்த விருந்தினரை வருக என அழைத்து உண்பித்தல் தமிழர் பண்பாடு, அது கொண்டு நீ பெண் கொடுக்க ஒப்பிவிட்டதாக எண்ணிவிடலாகாது.

தூயன் : அவர்கள் ஒப்பக்கூடுமே!

தாய் : தப்பவும் கூடுமே! ஆய்ந்து முடிவு செய்.

தூயன் : பச்சைக்கிளிக்கும் எனக்கும் திருமணம் என்று செய்தி அனுப்பு கிறேன். வந்து சேருங்கள் அப்பாவும் நீங்களும். என்ன?

தாய் : நன்றாய்!

தூயன் : அப்பா ஊரில் இல்லை. வந்தால் அவரிடம் சொல்லுங்கள் அம்மா! பாண்டிய நாட்டுக்கு நான் போயிருப்பதாக!

(போகிறான்.)

மற்றொருபுறம் : *(சோழ நாடு)*

(நண்பனோடு பேச்சு)

நண்பன் : உன் கண்கள் எண்ணத்தில் மூழ்கிக் கிடக்கின்றன.

தூயன் : பெரும் பொறுப்பு என் தலைமேல் இருக்கிறது. ஒரு நெஞ்சே துணையாக உலகியலிற் புகுதல் எளிது! இனி இருநெஞ்சுகள் எதிலும் ஒத்துப்போக வேண்டும் இது அரிது! அவள் நல்லவள்; நான் நினைப்பதையே அவள் நினைப்பாள்; ஏன் எனில், என்னை அவள் உயிர் என்று கொண்டவள்.

என்றாலும், அறம் ஒன்று செய்யப் புகுங்கால் அவளையும் கூட்டிக்கொண்டே செல்லவேண்டும்.

அதுமட்டுமல்ல!

அவளும் நானும் மனம் ஒத்தவிடத்திலேயே குடித்தனம் ஒன்று தோன்றிவிடுகின்றது. ஒருவர் ஒன்று சொல்லாத வகையில் நடத்தியாக வேண்டுமே!

அது மட்டுமா?

குடித்தனத்தில் ஈடுபடும்போது, அதன் பயன் தேடப்படும். குடித்தனப்பயன், மக்களைப் பெறுவது அல்லவா?

குழந்தை ஒன்று கையில் பலாப்பழம்போல் அவள் பெற்றுக் கொடுத்துவிடுவாள். காப்பாற்ற வேண்டுமே! எளிதா அது?

நண்பன் : ஒன்றுமே புரியவில்லை அப்பனே!

தூயன் : முதற்பக்கம் பார்க்காமல் சுவடியைத்திருப்பிக் கொண்டே போனால் புரியாது தான். நான் மதுரையில் பெண் கொள்ளப் போகிறேன்.

அதுபற்றி ஒன்று கேட்க எண்ணுகின்றேன். நான் அழகாக இருக்கின்றேனா?

நண்பன் : *இனிமேல் சரிப்படுத்தியாக வேண்டுமோ பெண்ணை?*

தூயன் : *இல்லை! இல்லை! இல்லை! அவள் தன்னை எனக்குக் கொடுத்துவிட்டாள். இருந்தாலும், அவள் என்னைக் காணும் போதெல்லாம் கருக்கான அழகோடு நான் காணப்பட வேண்டாமோ?*

நண்பன் : *உன் முகத்தில் இளமை இல்லை.*

தூயன் : *அதற்கு?*

நண்பன் : *வளர்ந்துள்ள மீசையைச் சிரைத்துவிடவேண்டும்.*

தூயன் : *அப்போதே நினைத்தேன்.*

நண்பன் : *புருவத்தையும் சிரைத்து விடுக!*

தூயன் : *அப்போதே நினைத்தேன். அவ்வளவுதானே? விடைபெற்றுக் கொள்கின்றேன்.*

(போதல்)

மற்றொரு புறம்:

நண்பன் 2 : *என்ன நண்பர் எங்கே ... ?*

தூயன் : *திருமணம்! பாண்டிய நாட்டில்! உம்மை ஒன்று கேட்க வேண்டும். என் முகத்தில் இளமை தோன்றுகிறதா?*

நண்பன் 2 : *இளமை என்பது அறியாமைதானே! தோன்றுகிறது! தோன்றுகிறது! பெண் உன்னை ஒத்துக் கொள்ள வில்லையோ?*

தூயன் : *ஆயிற்று, ஆயிற்று! அவள் என் மேல் வைத்துள்ள ஆசை நிலைக்க வேண்டுமே! அழகிருந்தால்தானே!*

நண்பன் : *கற்புள்ள பெண்தானே.*

தூயன் : *உண்டு! உண்டு! வலிய அணைக்கும் இன்பம் என்பது தனி! அந்த இன்பத்தை நான் பெற வேண்டும். அதற்கு என்ன வேண்டும்?*

நண்பன் : *ஓகோ!*

தூயன் : *விளங்கிற்றா?*

நண்பன் : *இருட்டில் கருநாய்க்குப் புரிவது போல் புரிந்தது!*

தூயன் : *இன்னொன்று. என் காதலி ஆடல் பாடலில் விருப்பம் உடையவள். எனக்கு இரண்டும் வருவதில்லை.*

நண்பன் : *ஒன்று செய்வீர். ஒரு கையில் ஓடு. மற்றொரு கையில் நரம்பில்லாத யாழ் தேடிக் கொள்ளும். பார்ப்பவர் இவர் பாணர் என்பார். அந்த உம் காதலியும் அப்படி நினைக்க முடியும்.*

தூயன் : *சரி. யாராவது யாழ் மீட்டு - பாட்டுப்பாடு என்றால்?*

நண்பன் : நரம்பு அறுந்துவிட்டது என்றால் போகிறது.

தூயன் : ஓகோ! இடையில் நாள் இல்லை! மதுரை சென்றாக வேண்டும்.

நண்பன் : நலமே போய் வாரும்!

(போதல்)

காட்சி - 11

"அவள் மறந்தாள் - நான் மறக்கவில்லை"

இடம் : பாண்டி நகரவாயில்.

நேரம் : காலை

கதை உறுப்பினர் : சோழ நாட்டுத் தூயன், ஊரார்

நிகழ்ச்சி : சோழநாட்டுத் தூயன் வலக் கையில் சட்டியும், இடக் கையில் நரம்பறுந்த யாழும் ஆகப் பாண்டி நாட்டின் நகர வாயிலில் நுழைகின்றான். வெற்றிலையும் பூவும் ஏந்திய வாழ்வரசி ஒருத்தியும், அவளின் மணவாளனும் எதிர்ப்படுகின்றார்கள். தூயன் முகம் மலர்கின்றது.

தூயன் : மங்கலக் காட்சி! வாழ்வரசி மலர்கொண்டு வருகின்றாள்! அவள் மணாளன் மலர்ந்த முகம் கொண்டு வருகின்றான்.

(மேற் செல்லுகின்றான்)

நகருள் ஒரு தெரு :

குதிரை மேல் வரும் ஓர் ஆடவனின் மேலணிந்திருந்த பொன்னாடை கீழ் விழுந்து விட்டதால், குதிரையை நிறுத்தி, இறங்கி அதை எடுக்கின்றான். அதே நேரம் எதிரில் வரும்

தூயனை அவன் கண்டு வியப்பில் ஆழ்ந்து விடுகின்றான். வியப்பில் ஆழ்ந்த அவன் விழிகள் மீண்டு இரக்கத்தில் குதிக்கின்றன. தூயன் அருகில் நெருங்க நெருங்க இரக்க விழிகள் அச்சத்தில் குதிக்கின்றன. குதிரை மருளுகின்றது.

தூயன் : *உங்களை அடிக்கடி நான் காணுவதுண்டு. இந்த ஊர் தானே?*

(குதிரைக்குடையவன் அச்சத்தால் ஒதுங்கிக் குதிரை மேல் ஏறக் குதிரை பறக்கின்றது.)

தூயன் : *(போகும் குதிரையை உற்றுநோக்கி) இவன் ஒரு வெறியன்! அதில் ஒன்றும் ஐயமில்லை.*

(போகிறான்.)

மற்றொரு தெருவில் :

தூயனை அருகிற் கண்ட ஒரு மக்கட் கூட்டம் மேலும் தூயனை உற்றுநோக்கி விலகி நிற்கின்றது.

கூட்டத்தில் ஒருவன்: அவன் என்னை அடித்தா தின்று விடுவான்? நில்லுங்கள்.

(தூயனைச் சுற்றிப் பிறை வளைவாக நின்ற மக்கள் ஏதும் பேசாமல் நிற்கிறார்கள். தூயன் வியப்புறுகின்றான்.)

தூயன் : *நீங்கள் எல்லோரும் இந்த ஊர்தானே!*

ஒருவன் : *இல்லை, இல்லை! வானத்திலிருந்து வருகின்றோம்!*

தூயன் : கடுமொழிக்குக் காரணம்?

ஒருவன் : உம் மூளைக்கோளாறு தான்!

தூயன் : எதைக்கொண்டு அவ்வாறு கூறுகின்றீர்கள்?

ஒருவன் : அது உமக்கு விளங்கவில்லையா?

தூயன் : நீங்கள் சொல்லுவது என்னிடமில்லையே?

ஒருவன் : ஒரு கண்ணாடி எடுத்துப் பாருமே, நாங்கள் சொல்லுவது பொய்யென்று நினைத்தால்!

தூயன் : என் உடலுக்கு முப்பதாண்டு மதிப்பு - உள்ளது. பதினாறு ஆண்டுதான் இளமையின் முறுக்கு! உங்களை வியப் படையச் செய்திருக்கலாம். உங்கள் வியப்பு என் மூளைக் கோளாறா?

ஒருவன் : அப்படியானால்?

மற்றவன் : எங்களுக்கு மூளைக்கோளாறு போலிருக்கிறது. அப்படித் தானா?

ஒருவன் : விடுங்கள் அவரை. நமக்கென்ன?

மற்றவன் : அது சரி, ஊர் காவலர் வேலை! நீர் போம் ஐயா. வழியோடு போம். இளைஞர்கள் கல்லால் அடிக்கக் கூடும்!

ஒருவன் : ஏடா! வருகின்றாயா இல்லையா, பைத்திய மருத்துவ விடுதிக்கு?

(என்று கைதாவத் தூயன் ஓடுகிறான்.)

பச்சைக்கிளியின் வீட்டுத்தெருவில்

தூயன் : *என்ன மக்களின் நடமாட்டம்? ஏது மங்கலச் செய்தி?*

தேனப்பன் : *பச்சைக் கிளிக்குத் திருமணம் நடந்தது இல்லையா?*

தூயன் : *என் பச்சைக்கிளிக்கா? எனக்குப் பைத்தியம் பிடித்துவிடும் போலிருக்கிறதே தேனப்பா! மெய்தானா? விளையாடுகிறாயா?*

தேனப்பன் : *இன்னொரு தரமா உனக்குப் பைத்தியம் பிடிக்க வேண்டும்?*

தூயன் : *இனி என் நிலை?*

தேனப்பன் : *சாவுதான்! அதோபார்! வீட்டின் அண்டையில் தோட்டம்! உற்றுப்பார், காதலர் இருவர் பொன்னூசல் ஆட்டம்!*

(தேனப்பன் போய்விடுகின்றான்.)

தோட்டத்தில் பாட்டு:

மாறாத இளமை வேண்டும்
வற்றாத அன்பு வேண்டும்
பேறெலாம் நாம் பெறவேண்டும்.
வேறென்ன வேண்டும்

பேறெல்லாம் நாம் பெறவேண்டும்
மீறாத நெஞ்சம் வேண்டும்
வீழாத வாழ்வு வேண்டும்
வீறெலாம் நாம் பெறவேண்டும்
வேறென்ன வேண்டும்
வீறெலாம் நாம் பெறவேண்டும்
குன்றாத ஆசை வேண்டும்
கொள்ளாத இன்பம் வேண்டும்
நன்றெலாம் நாம்பெற வேண்டும்.
வேறென்ன வேண்டும்
நன்றெலாம் நாம்பெற வேண்டும்.
அன்றாடம் மகிழ வேண்டும்
ஆரும் நமைப் புகழ வேண்டும்
வென்றெலாம் நாம் பெற வேண்டும்.
வேறென்ன வேண்டும்
வென்றெலாம் நாம்பெற வேண்டும்.
ஏராளச் செல்வம் வேண்டும்
எல்லார்க்கும் நல்க வேண்டும்
சீரெல்லாம் நாம்பெற வேண்டும்.
வேறென்ன வேண்டும்
சீரெலாம் நாம்பெற வேண்டும்
பாராளும் திறமும் வேண்டும்
பட்டாளத் தமிழர் வேண்டும்
நேரெலாம் நாம் பெறவேண்டும்
வேறென்ன வேண்டும்
நேரெலாம் நாம்பெற வேண்டும்.

தென்னாடு வாழ வேண்டும்
செந்தமிழ் வாழ வேண்டும்
பொன்னெலாம் நாம் பெற வேண்டும்
வேறென்ன வேண்டும்
பொன்னெலாம் நாம்பெறவேண்டும்.
முன்னேறும் திறமை வேண்டும்
மொய்ம்பேறும் தோள்கள் வேண்டும்.
தன்மானம் நாம்பெறவேண்டும்.
வேறென்ன வேண்டும்
தன்மானம் நாம்பெறவேண்டும்.

(பொன்னூசல் ஆடுவார்க்குச் சற்றுத் தொலைவில் உள்ள ஓர் ஆலின் பின்னே நின்று - பச்சைக் கிளியைப் பார்த்த தூயன், தன் இரு கையாலும் தன் முகத்தை மூடியபடி ஆலடியில் குப்புற விழுகின்றான்.)

தூயன் : *அவள் என்னை மறந்தாள்; நான் அவளை மறக்கவில்லை. நான் வாழும் நாட்டில் அவளில்லை. ஆனால் அவள் வாழும் நாட்டில் நான் இருக்கிறேன். அந்த அளவு பேறு பெற்றேன் வீடுண்டு! எனக்கு; வீட்டில் அவளில்லை - பயனில்லை! நாடுண்டு எனக்கு; அந்நாட்டில் அவளில்லை - பயனில்லை! அப்பா உண்டு எனக்கு - அப்பாவுக்கு ஒரு மருமகளில்லை - பயனில்லை! அம்மாவுண்டு எனக்கு - அம்மாவுக்கு இவள் மருமகளாக அங்கில்லை - பயனில்லை! மேலுக்கு ஏந்திய இந்த வெறுஞ்சட்டி என் வாழ்வுக்கே நிலைத்து விட்டது.*

பகட்டுக்கு ஏந்திய இந்தப் பாசமற்ற யாழும் என் பங்கில் குந்திக் கொண்டது.

பச்சை மாறிய பழுப்பில்லை நான் - அச்சு வளைந்த வண்டி நான். பிச்சையெடுத்துண்டு, திரிவேன் இங்கே. ஏன்? அவள் இங்கிருப்பதால் தான்!

அவளை நாள்தோறும் பார்ப்பேன்; போகும் என் உயிரை மீட்பேன்.

(தன் பார்வை அவள் பக்கம் சென்று விடாமல் கையால் மறைத்தபடி, தள்ளாடிச் செல்கின்றான்.)

காட்சி - 12

"இலந்தைக் கனி"

ஐந்தாண்டுகட்குப் பின்

இடம் : பாண்டிய நாடு, மேற்படி பச்சைக் கிளியின் வீடு.

நேரம் : காலை

கதை உறுப்பினர் : பச்சைக்கிளி - அவள் கணவன் - ஐந்து ஆண்டுடைய பொன்னன் என்ற பெயருள்ள மகன்.

நிகழ்ச்சி : கணவன் தன் பணிமனைக்குச் செல்லுமுன், கருவுற்றிருக்கும் பச்சைக்கிளியுடன் பேசுகின்றான். மகன் பொன்னன் உடனிருக்கின்றான்.

கணவன் : பச்சை! இரண்டுயிர் உடையவள் நீ. என்ன வேண்டும்? ஆசைப் பட்டதைக் கேட்க வேண்டும். உள்ளத்தை மறைக்காதே இரண்டாவது பிள்ளைக்குத் தாயாகப் போகின்றாய். இன்னும் நாணத்தால் சாகின்றாய்!

முந்தா நாள் செந்தாழை வேண்டுமென்றாய். இந்தா என்று கொண்டு வந்தேன். மகிழ்ந்தாய் அல்லவா; அதுகண்டு நானும் மகிழ்ந்தேனில்லையா?

பச்சை : எனக்கு வெட்கமாக இருக்கிறது அத்தான்!

கணவன் : *சொல்லுவதற்கா? நாம் கலக்குமுன் விலக்க முடியாதது வெட்கம். கலந்தபின் - இத்தனை ஆண்டுகள் ஆனபின்?*

பச்சை : *இலந்தைக் கனி வேண்டும்!*

கணவன் : *இந்த ஆசை இயற்கையானதுதான்! இலந்தைக் கனி புளிப்புக் கலந்த இனிப்புடையது. கருவுற்ற பெண்கள் நினைப்பைக் கவர்வது! நன்றி! இலந்தைக் கனிதானே, நன்று! இதுதானே கூடைகூடையாக!*

பொன்னு : *எனக்கும் அப்பா!*

கணவன் : *உனக்கில்லாமலா? போய் வருகின்றேன் பச்சை! விழிப்போடிரு.*

பச்சை : *பொன்னு பள்ளிக்குப் போகமாட்டேன் என்கிறானே, சொல்லிவிட்டுப் போனால் தானே!*

கணவன் : *தம்பி பள்ளிக்குப் போகவேண்டும் தெரியுமா?*

பொன்னு : *இலந்தம் பழம்!*

கணவன் : *பள்ளிக்குப் போனால் தான்.*

பொன்னு : *இலந்தம் பழம் கொடுத்தால் தான்.*

கணவன் : *சிறுவர்களை வைத்துக்கொண்டு ஒன்றும் பேசக்கூடாது. தம்பி, இலந்தம்பழம் கொண்டு வருகின்றேன். நீ பள்ளிக்குப் போய் வா! என்ன, நான் போய் வருகின்றேன்.*

(போதல்.)

ஒருபுறம் :

(திண்ணைப்பள்ளி)

நிகழ்ச்சி : *மாணவர் சிலர் ஒரு மாணவனைத் தூக்கிக் கொண்டு பள்ளியினுள் புகுகின்றார்கள். பையன் அழுகின்றான்.*

ஆசிரியர் : *(அழும் பையனைப் பிரம்பால் அடித்து) அழாதே. இப்படி உட்கார்ந்திரு!*

முதியவர் : *(பள்ளிக்கு அருகில் உட்கார்ந்து நிலைமையை உற்று நோக்கி) ஏன் ஆசிரியரே, நீரே அவனை அடித்துவிட்டு அழாதே என்கிறீரே, சரியா அது?*

ஆசிரியர் : *நாவையடக்கிக் கொண்டிரும் நரம்பறுந்த யாழ் போல! அடே பொன்னு! காலையில் எழுந்து காலைக் கடனை முடித்துக் கொண்டு இட்டதை உண்டு இரண்டாம் பேர் அறியாமல் பள்ளிக்கு வந்து விட வேண்டியதுதானே!*

பொன்னு : *எங்கம்மா பிள்ளைத் தாய்ச்சி!*

ஆசிரியர் : *இருந்தால்?*

பொன்னு : *இலந்தம்பழம் கேட்டாங்க.*

ஆசிரியர் : *யாரை? உன்னையா?*

பொன்னு : *எங்க அப்பாவை!*

ஆசிரியர் : *அதற்காக?*

பொன்னு : *அவுங்க வாங்கி வர்ரேண்ணாங்க*

ஆசிரியர் : *நீ எதற்காக ...?*

பொன்னு : *ஒரு கூடை வாங்கி வர்ரேண்ணாங்க.*

ஆசிரியர் : *சொன்னால்...?*

பொன்னு : *எனக்கும் குடுக்கறேண்ணாங்க.*

ஆசிரியர் : *கொடுக்கட்டுமே! நீ பள்ளிக்கு வருவதற்கென்ன?*

பொன்னு : *அதை வாங்கித் தின்னுட்டு வரலாமிண்ணு இருந்தேன்.*

ஆசிரியர் : *வரும்போது வாங்கியுண்பதா? அதற்காகப் பள்ளிக்கும் வராமல் வீட்டிலேயே காத்திருப்பதா?*

பொன்னு : *அல்லாட்டி. அல்லாத்தியும் அவுங்களே திண்ணுட்டா நீங்க குடுப்பீங்களா?*

முதியவர் : *கொடுப்பார் தம்பி, பிரப்பம் பழம் கொடுப்பார்.*

ஆசிரியர் : *ஐயா, ஓட்டைச் சட்டியாரே, ஒன்றும் பேசாதிரும்! ஏன் பொன்னு, நேற்றுச் சொல்லிக் கொடுத்த பாடம் நினைவிருக்கிறதா!*

பொன்னு : *இருக்கிறது.*

ஆசிரியர் : *சொல்லு!*

பொன்னு : *இலந்தம்பழம்!*

முதியவர் : *வேறென்ன?*

ஆசிரியர் : *உன் சுவடி எங்கே?*

பொன்னு : *வீட்டில் இருக்கிறது, போய் எடுத்து வரட்டுமா?*

ஆசிரியர் : *போக வேண்டாம்.*

பொன்னு : *நாக்கு வறண்டு போவுது. தண்ணீர் குடிச்சுப்புட்டு வரட்டுமா?*

ஆசிரியர் : *மெய்யாகவா?*

பொன்னு : *என் நாக்கைப் பாருங்க.*

ஆசி : *இங்கே தண்ணீர் கொண்டுவரச் சொல்லுகிறேன் குடி! ஆரடா அங்கே கண்ணப்பா! இவனுக்குத் தண்ணீர் கொண்டுவந்து கொடு.*

பொன்னு : *யாருகிட்டேயும் தண்ணீர் குடிக்காதேண்ணாங்க எங்கம்மா.*

ஆசி : *இப்பொழுது நீ வீட்டுக்குப் போகவேண்டும். அதுதானே!*

பொன்னு : *அதாங்க!*

ஆசி : *ஏன்?*

முதி : *இலந்தம்பழம் வந்திருக்கும்.*

ஆசி : *அப்படித்தானா?*

பொன்னு : *தாடிக்காரர் சொன்னார் இல்லீங்க?*

ஆசி : *உன் நினைவு இங்கில்லை. வீட்டுக்குப் போய் நடுப்பகல் உணவுண்டு வந்துவிடு என்ன?*

பொன்னு : *சரிங்க!*

ஆசி : *நீ தனியாக வீட்டுக்குப் போவாயா?*

முதி : *நான் அந்த வழியாகத்தான் போகிறேன். அவனை வீட்டில் விட்டு விட்டுப் போகிறேன்.*

(போதல்)

காட்சி - 13

“அவள் மேல் ஐயம்”

இடம் : *பச்சைக்கிளியின் வீடு.*

நேரம் : *நடுப்பகல்.*

கதை உறுப்பினர் : *பச்சைக்கிளி, கணவன் மான்வளவன், மருத்துவச்சி, பொன்னன்.*

நிகழ்ச்சி : *மருத்துவச்சி வருகின்றாள். பச்சைக் கிளியும் பொன்னனும் பேசிக் கொண்டிருக்கிறார்கள்.*

பச்சை : பள்ளிக்குச் செல்வது உனக்குப் பெருங்கசப்பு. சென்று விட்டால் அங்குச் சிறிது நேரம் தங்கியிருப்பதும் பிடிக்கின்ற தில்லை.

பொன்னு : *அப்பா இலந்தம்பழம் கொண்டாருவாங்க, இல்ல.*

(இதற்குள் மருத்துவச்சி வந்துவிடுகின்றாள். பையன் தெருவில் விளையாடப் போய்விடுகின்றான்.)

மருத்து : என்ன செய்கின்றது?

பச்சை : இரண்டு தடவை வயிறு போயிற்று.

மருத்து : *ஏன்?*

பச்சை : பொரி விளங்காய் உருண்டை பின்னும் இரண்டு - ஆசையாய் இருந்தது - உண்டேன்.

மருத்து : எதிர் வீட்டு ஏந்திழையம்மா வந்து விரைவாக வா, விரைவாக வா என்றார்கள். என்னமோ ஏதோ என்று ஓடிவந்தேன். இது தானே. இதோ மூன்று சரக்கையும் தண்ணீரில் போட்டுக் காய்ச்சி இறக்கிச் சிறிது இனிப்புச் சேர்த்துக் குடிக்க வேண்டும். அவ்வளவுதான்.

பச்சை : அவர் வரும் நேரம் தெருக் கதவைச் சாத்திக் கொண்டு அடுப்படி யில் இருந்து நீங்களே காய்ச்சிக் கொடுக்க வேண்டும், அவருக்குத் தெரியவே கூடாது. அவர் வந்து கதவைத் தட்டினால் நீங்கள் கொல்லை வாயிலால் போய்விடுங்கள்.

மருத்து : தெரிந்தால் என்ன?

மருத்து : தெரியவே கூடாது. அவர் படித்துப் படித்துச் சொன்னார், பொரி விளங்காய் உருண்டை உண்ணாதே உண்ணாதே என்று; கேட்கவில்லை. ஆதலால் தான் தெரியக் கூடாது என்கிறேன்.

(மருத்துவச்சி புறக்கட்டில் அடுப்படி நோக்கிச் செல்கிறாள். சிறிதுநேரம் செல்லக் கணவன் வந்து கதவைத் தட்டுகிறான்.)

மான் : பச்சைக்கிளி.

பச்சை : இதோ வந்துவிட்டேன்.

(ஓசை கேட்டு மருத்துவச்சி கொல்லைக் கதவைத் திறந்து கொண்டு போகிறாள்.)

மான் : *(உள்ளே வரும்போதே) அங்கே யார் சமையல் கட்டில்?*

பச்சை : *கலகலத்த கதவு! காற்று வசத்தால் அப்படித்தான்! அதென்ன அத்தான் கையில்?*

மான் : *மாறு காலம். இலந்தைக்கனி இவ்வளவுதான் கிடைத்தது. இந்தா ஐந்து தான்.*

(இதற்குள் பொன்னன் வந்து விடுகின்றான்.)

பொன்னு : *எனக்கப்பா இலந்தைப்பழம்!*

மான் : *அதில் தம்பிக்கு ஒன்று கொடு!*

(கொடுத்துவிட்டு மற்ற நான்கு பழங்களையும் படுக்கையில் தலையணைக்குக் கீழே வைக்கிறாள்.)

பச்சை : *ஏன் இத்தனை நாழிகை இன்று? உணவை முடித்துக் கொள்ளுங்கள். தம்பி, கை கால் கழுவிக் கொள்.*

(இலையிடுகின்றாள். வட்டிக்கின்றாள். உண்ணுகிறார்கள்.) உணவுண்ட பின்.

மான் : *தம்பி, பள்ளிக்குப் போனதுண்டா?*

பச்சை : *போனதுண்டு, தூக்கிக் கொண்டு போனதால், உடனே வந்ததுண்டு, ஆசிரியர் ஏமாந்ததால்!*

பொன்னு : *ஆசிரியர் தாம்பா அனுப்புறாரு!*

மான் : *ஏன் அனுப்பிவிட்டார்?*

பொன்னு : *தண்ணீர் குடிக்கணுமின்னேன்.*

மான் : *அங்கேயே தண்ணீர் கொடுப்பார்களே!*

பொன்னு : *ஆமாம், எங்கம்மா அந்தத் தண்ணீரைக் குடிக்க வேண்டாமின்னாங்கண்ணு பொய்யடிச்சேன்*

மான் : *பொய் பேசலாமா தம்பி?*

பொன்னு : *(கலக்கம்) இனிமே இல்லேப்பா!*

மான் : *பச்சைக்கிளி, நான் விரைவாகப் போகவேண்டும்.*

(போகின்றான்.)

காட்சி - 14

“பிணப் பெட்டி”

இடம் : *பச்சைக்கிளியின் வீடு.*

நேரம் : *மாலை.*

கதை உறுப்பினர் : *தூயன், பொன்னு, பச்சைக்கிளி, மான்வளவன்.*

நிகழ்ச்சி : *பொன்னன் தெருத்திண்ணையில் இரண்டு இலந்தைக் கனிகளை உருட்டி விளையாடிக் கொண்டிருக் கையில் அம்மருங்கு தாடிக்காரர் வருகின்றார்.*

தாடி : *ஏன் தம்பி, நாழிகை ஆகின்றதே, பள்ளிக்கு வரவில்லையா?*

பொன் : *சரி, இதோ வந்து விடுகின்றேன்.*

(உள்ளே போக முயலுகின்றான்.)

தாடி : *(இடைமறித்து) அதென்ன தம்பி, கையில், இங்கு வா காட்டு.*

பொன்னு : *(ஓடி அவன் அருகில் நின்று) இலந்தம்பழம்! அஞ்சி கொண்டாந்தாங்க, எனக்கு ஒண்ணு குடுத்தாங்க. மீதியை அம்மா வாங்கி அப்புறம் உண்ணுவதாகச் சொல்லித்*

தலை யணை அடியிலே வச்சுக்கிட்டுத் தூங்கறாங்க. நானு அவங்களுக்குத் தெரியாமே இப்ப ரெண்டு எடுத்துக்கிட்டு வந்துட்டேன். ஆனால் பழம் நல்லாயில்லே.

தாடி : *எனக்குக் கொடுத்துவிடு.*

(கொடுத்துவிட்டு, உள்ளே ஓடிச் சுவடியுடன் பள்ளிக்குப் போகிறான்.)

மற்றொருபுறம் - முன் மாலை:

தெருவில் தன் கையிலுள்ள இரண்டு இலந்தைக் கனிகளை யும் வெளிப்படையாகக் காட்டியபடி அவைகளை உற்று ஆராய்வான் போலத் தாடிக்காரன் நடந்து செல்லுகின்றான். எதிரில் பச்சைக்கிளியின் கணவன் வருகின்றான். இலந்தைக் கனிகளை அவன் பார்க்கின்றான்.

மான் : *ஐயா, இலந்தைக் கனிகளா? இன்னும் கிடைக்குமா? எங்கே கிடைத்தன?*

தாடி : *ஒருத்தி வழியாகக் கிடைத்த அன்பளிப்பு! அவள் கணவன், ஐந்து பழம் தேடிப் பிடித்து அவளுக்குத் தந்தான். அவள் அவற்றில் ஒன்றைத் தன் பையனுக்குக் கொடுத்துவிட்டு மீதி நான்கை வைத்திருந்தாள். அதில் இரண்டை எனக்குக் கொடுத்தாள். அப்போதே அவளுக்குச் சொன்னேன்; நீதான் கருத்தாங்கி இருக்கின்றாய், உனக்குத்தான் இலந்தை மேல் ஆசை என்று. அவள் கேட்கவில்லை. மறுத்தால், வருந்துவாள்.*

(போகின்றான் தாடி, ஓடுகிறான் பச்சைக்கிளியின் கணவன் தன் வீடு நோக்கி.

பச்சைக்கிளி எழுந்தவள் மீண்டும் படுத்துத் தூங்குகின்றாள். மனக்கொதிப்புடன் வந்த மான்வளவன் அவள் தூங்குவதை நோக்கிப் பின், அவள் தலையணையை மெதுவாகத் தூக்கிப் பார்க்கிறான். இரண்டு இலந்தைக் கனிகளையே அவன் பார்க்கின்றான். வீட்டில் மற்றொருபுறம் ஓடிக் கத்தியை எடுத்துக் கொண்டு அறையில் நுழைகின்றான்.

முன்கதைத் தொடர்ச்சி

அரசன் : *(மான்வளவனை நோக்கி)* வெட்டிவிட்டாயோ!

மான் : ஆம். பல வெட்டுக்கள்; பெட்டியில் போட்டு வைத்தேன். அன்றிரவு தோப்புக் குட்டையில் அமிழ்த்தினேன். ஆதலால் நான் கொலையாளி.

தூக்குத் தண்டனைக்கு உரியவன் நான். சாகவேண்டும்.

தூயன் : என்னால் நேர்ந்த கொலை. நான் கொலையாளி. நான் சாகவேண்டும்.

இவ்விளக்கத்தை உற்றுக் கேட்டுக் கொண்டிருந்த அரசன், அமைச்சன், அனிச்சை, பிசிராந்தையார் முகங்களில் மகிழ்ச்சியும் துன்பமும் மாறி மாறிக் காட்சியளிக்கின்றன.

அரசன் : தீர்ப்பைப் பின்னர் அறிவிக்கின்றேன்.

காட்சி - 15

"இறந்தவள் இவள்தானா?"

இடம் : பாண்டிநாட்டுத் தலைநகராகிய மதுரை அரண் மனையின் ஓர்பால் அமைந்த ஆய்வு மன்றம்.

நேரம் : காலை.

கதை உறுப்பினர் : பாண்டியன் அறிவுடைநம்பி, அரசி, தோழியர், பிசிராந்தை யார், மேற்படியார், அமைச்சன், அனிச்சை, சோழநாட்டுத் தூயன், பச்சைக் கிளியின் கணவன் மான்வளவன், அவன் மகன் ஐந்து ஆண்டுடைய பொன்னன், வலை போட்ட உடையப்பன், ஓடைப் பூ, பச்சைக்கிளியின் தந்தை பட்டுக்குடை, தாய் முத்துநகை, பெருங்குடி மக்கள் பலர்.

நிகழ்ச்சி : ஆய்வு மன்றம், பாண்டியன் அறிவுடைநம்பியின் தலைமையில் துவங்குகின்றது.

பாண்டியன் : பெருங்குடிமக்களே, அமைச்சரே, பாவேந்தர் பிசிராந்தை யாரே, தோழர்களே!

பச்சைக்கிளியைப் படுகொலை செய்தவன் அவள் கணவனாகிய மான்வளவன் என்றும், அவ்வாறு கொலை செய்யத் தக்க கொடிய உள்ளத்தை அவனுக்கு உண்டாக்கியவன் சோழ நாட்டுத் தூயன் என்றும்

விரித்துரைக்கக் கேட்டோம். விரித்துரைத்தவர் அந்த மான்வளவனும், சோழநாட்டுத் தூயவனுமே ஆவார்.

பாண்டிய நாடு பச்சைக்கிளியை இழந்தது; மக்களின் கண்ணீர் வழிந்தது. உலகம் நம்மைத் தூற்றுதல் பொழிந் தது. இப்பெருங் குற்றம் புரிந்தவர் மான்வளவனும் தூயனுமே. ஆயினும், அவர்கள் குற்றத்தை உணருகின் றார்கள். அதுபற்றி அவர்கள் தூக்கில் ஏறவும் துணிகின் றார்கள்; அவ்வாறு செய்யும்படி பணிகின்றார்கள்.

இங்கு ஆராய வேண்டியது என்னவெனில், குற்றவாளிகளின் வாய்ப்பிறப்பை மட்டும் கொண்டு, இவர்கள் குற்றவாளிகள் என்று முடிவு கட்டிவிடலாமா என்பதுதான்.

அனிச்சை : *குற்றவாளிகள் ஏற்றுக் கொள்ளுகின்றார்கள் குற்றத்தை! மற்றும் ஆராயவேண்டியது ஒன்றுமில்லை.*

அரசன் : *அமைச்சர்!*

அமைச்சர் : *குற்றவாளிகள் இவர்கள்; இதில் எனக்கு ஐயப்பாடில்லை.*

அரசன் : *பாவேந்தர் சும்மா இருந்துவிடலாகாது.*

பிசிரா : *குற்றம் செய்தவர்களை மறைக்க நாங்கள் தாம் குற்றவாளிகள் என்று இவர்கள் சொல்லியிருக்கவும் கூடுமே!*

அரசன் : *நான். எண்ணியதும் அதுதான்!*

அரசி : இறந்த பச்சைக்கிளியின் வாய்ப்பிறப்புத் தேவை.

அரசன் : இதுபற்றிப் பெற்றோர் - தெரிந்ததைக் கூற வேண்டுகிறேன்.

பட்டுக்குடை : *(முன்வந்து)* அரசே! இறந்த பச்சைக் கிளி என் மகள். சோழ நாட்டுத் தூயன் என்பவர் பச்சைக்கிளியை மணக்க எண்ணியிருந்தார். பச்சைக் கிளி மான்வளவனை மணக்க எண்ணியதால் அவ்வாறே மணத்தை ஆதரித்தோம். இதில் சோழ நாட்டுத் தூயருக்குப் பச்சைக்கிளியைப் பழிவாங்க வேண்டும் என்றோ, மான்வளவனைப் பழிவாங்க வேண்டும் என்றோ எண்ணமிருந்தால் அது எங்கட்குத் தெரியாது.

முத்துநகை : நான் பச்சைக்கிளியின் தாய். என் பெயர் முத்துநகை. என் கணவர் சொன்னதையே நான் சொல்லுகிறேன்.

அரசன் : நன்று, நன்று! வலை போட்ட உடையப்பன் இதுபற்றித் தெரிந்ததைக் கூறுக.

உடையப்பன் : எனக்குத் தெரிந்தது அரசர்க்குத் தெரிந்ததுதானே.

அரசன் : ஓடைப்பூ?

ஓடைப்பூ : நானும் அதைத்தான் சொல்லுகிறேன். கடைசி முறையாக வலையை இழுத்தார் என் கணவன். இழுக்க முடிய வில்லை. அரசர் வந்தார். புலவர் வந்தார். அவர் வந்தார்

(அமைச்சரைக் காட்டி) சேர்த்து இழுக்கப் பிணப்பெட்டி கரைக்கு வந்தது. திறந்து பார்த்தோம். திடுக்கென்று தூக்கிவாரிப் போட்டது. பச்சைப் பிள்ளைத் தாய்ச்சி குத்துப்புண் வெட்டுப்புண்ணுடன் பிணமாகி இருந்ததைப் பார்த்தோம்.

அரசன் : இனி, இறந்த பச்சைக்கிளியின் பிள்ளையாகிய பொன்னன் வாய்ப் பிறப்பைக் கேட்டாக வேண்டும்.

(பொன்னன் அரசர் எதிர் நிறுத்தப்படுகின்றான் பெற்றோரால்.)

பொன்னு : எங்க அம்மா செத்துப் பூட்டாங்க.

அரசன் : எப்படி?

பொன்னு : எப்படியா *(விழிப்பு)*?

பிசிரா : அரசர் கேள்வி அவனுக்கு விளங்கவில்லை. ஏன் குழந்தாய், அம்மாவைக் கொன்றவர் யார்?

பொன்னு : எங்க அம்மாவைக் கேளுங்க. *(நகைப்பு)*

பிசிரா : அம்மா எங்கே?

பொன்னு : செத்துப் பூட்டாங்க!

பிசிரா : உன் தாயைக் கொன்றவர் யார் என்று கேட்க வேண்டும். யாரைக் கேட்டால் தெரியும்?

பொன்னு : எங்க அம்மாவைக் கேட்டால் தெரியும்? *(நகைப்பு)*

பிசிரா : *தாடிக்காரர் இலந்தம்பழம் கேட்டார், நீ கொடுத்தாய் என் றெல்லாம் நீ சொன்னதுண்டு. அது கொண்டு இன்னார்தாம் அம்மாவைக் கொன்றிருக்க வேண்டும் என்று உனக்குத் தெரியவில்லையா?*

பொன்னு : எனக்கொண்ணும் தோணல்லே. எங்கப்பா நான்தான் கொன்னேன்னு சொல்றாங்க. அவுங்க கொல்லவே இல்லை.

அரசன் : எதைக்கொண்டு சொல்லுகின்றாய்?

பொன்னு : *நான் பாக்கிலேலெல்ல! (சிரிப்பு)*

அரசன் : குற்றவாளிகள் இருவரின் வாய்ப்பிறப்புகளும் ஒன்றோ டொன்று முரண்படவில்லை. இருவர் வாய்ப்பிறப்புக் களை மற்றவர்களின் வாய்ப்பிறப்பு எதிர்க்கவில்லை.

ஆயினும், கொலை செய்ததாகக் கொலையாளி சொல்லுவதைத் தவிர, அதை நேரிற் பார்த்ததற்குச் சான்றில்லை. கொலைசெய்த ஒருவரை மறைக்க நான்தான் கொலை செய்தேன் என்று மான்வளவன் சொல்லக்கூடும் என்று பாவேந்தர் கூறியதை மறுக்க வழியில்லை.

பிசிரா : *அதுமட்டுமா! மான்வளவன் யாரைக் கொலை செய்தான்? அடையாளம் காட்டவில்லை.*

அரசன் : *ஆம்; அதுதான் காட்டப் போகிறோம். நீ கொலை செய்தது இவளைத் தானா என்று கேட்கப் போகின்றோமே!*

பொன்னு : *எங்கே இருக்கிறாங்க எங்க அம்மா? உள்ளேயா?*

பிசிரா : *காட்டுவார் அரசர். இரு தம்பி.*

அரசன் : *குற்றவாளிகளை அழைத்து வாருங்கள்.*

பிசிரா : இரண்டு குற்றவாளிகளும் ஒரே நேரத்தில் பார்க்கும்படிசெய்யலாகாது.

அரசன் : *ஓகோ! முதலில்?*

பிசிரா : மான்வளவன் வரட்டும்; அவன் வந்தபின் அவனைச் சூழ்ந்த படி இரண்டு போர் வீரர்கள் இருக்கும்படி செய்ய வேண்டும்.

அரசன் : *அவ்வாறே ஆகட்டும்.* படைத்தலைவரே ஏற்பாடு செய்க.

(படைத்தலைவன் செல்லுகின்றான். இரண்டு போர் வீரர் சூழ மான்வளவன் கொண்டு வந்து நிறுத்தப்படுகிறான்.)

அரசன் : மான்வளவனே, ஒருத்தி உன் கண் எதிரில் காட்சி யளிப்பாள். உன்னால் கொலை செய்யப்பட்டவள் அவள் தானா என்று பார்த்துச் சொல்லவேண்டும்.

(அங்கு ஒருபுறம் கட்டப்பட்டிருந்த திரை விலக்கப் படுகின்றது. இறந்த பச்சைக்கிளி காட்சியளிக்கின்றாள்.)

மான் : *ஆ! பச்சைக்கிளி ...*

(அவள் மேல் பாயும் முன் சூழ்ந்திருந்த போர் வீரர்கள் பிடித்து நிறுத்துகின்றார்கள்.)

... *கற்புள்ளவளே! கருதாது உன்னைக்கொல்ல முயன்றேன். உயிர் தப்பினாய்! உடல் நலம் அடைந்தாய் அரசர் அருளாலே! துன்பப் படுத்தினேன். ஆயினும், எதிரில் நின்று என்னை இன்பப் படுத்தினாய். என்னை மன்னித்துவிடு. அரசர் பெருமானே! அவையத்தாரே! கத்தியால் குத்தினேன். கத்தியால் வெட்டினேன். அதுபற்றி நீங்கள் இடும் தண்டனையை ஏற்றுக்கொள்ள அட்டியில்லை. ஆனால் அவள் இதோ இருக்கின்றாள். இதோ வாழ்கின்றாள். நான் வாழ விரும்புகின்றேன். எனக்குத் தூக்குத் தண்டனை மட்டும் வேண்டாம்.*

பிசிரா : *பொறு! பச்சைக்கிளி! இவள்தானா?*

மான் : *ஆம் ஐயா, இவளேதான்!*

பிசிரா : *உன் மனைவி இவள்தானா?*

மான் : *ஆம் ஐயா, இவளேதான்.*

பிசிரா : *ஏன் தம்பி, அம்மா இவள்தானா?*

பொன்னு : *இவுங்கதான். (மகிழ்ச்சி முகம்)*

பிசிரா : *அம்மாவைக் கொன்றவர் யார் தம்பீ?*

பொன்னு : *அவுங்களே கேட்டுக்குங்க. சொல்லுமா!*

பிசிரா : *அது பாவை தம்பி! தச்சுப் புலவர் செய்தது.*

மான் : *ஆ!*

பொன்னு : *மரமா? எங்கம்மா எங்கே?*

மான் : *அந்தத் தீயவன் செய்த வஞ்சத்தால் - தெரியாமல் மறைத்தேனோ அழகோவியத்தை.*

பிசிரா : *கழிவிரக்கம் வேண்டாம். இதைக்கேள். இந்தப் பாவையை - இந்தப் பச்சைக்கிளியை - நீ எந்த நிலையில் எப்படிக் குத்தினாய்? அதுபோல இப்போது நீ செய்து காட்ட வேண்டும்.*

மான் : *ஐயோ, ஐயோ! அவையத்தார்களே! அரசர் பெருமானே, நான் அவ்வாறு செய்ய மாட்டேன். என் மனைவியைத் துன்புறுத்தச் சொல்லாதீர்கள்.*

அரசன் : *அவள் உரு அமைந்த மரக்கட்டையைத் துன்புறத்தவும் ஒப்பாத நீ, உயிரோவியத்தையே படுகொலை செய்தாயே அப்பா!*

மான் : *கொடியவன்! நான் தொலைய வேண்டும். என் போன்ற கொடியவர்களைப் பாண்டிய நாடு சுமக்கப் பொறாது. நான் உயிரோடிருந்தால் என் மனத்தொல்லை ஆறாது!*

அரசன் : *அப்படியானால், அவளைக் கொலை செய்தது போல் செய்து காட்ட மாட்டாயா?*

மான் : *நினைத்தாலே நெஞ்சு வெடித்து விடும் போலிருக்கின்றதே!*

அரசன் : *அப்படியானால், புண்படுத்தப்பட்ட நிலையில் அவளை நீ பார்! இப்படித்தான் அவளை வெட்டிச் சிதைத்தேன் என்று ஒப்புக்கொள்.*

(மற்றொரு திரை விலக்கப்படுகின்றது. கட்டிலில் பச்சைக் கிளியின் சிதைந்த உடல் காணப்படுகின்றது.)

பொன்னு : *அம்மா! (அழுகின்றான்)*

(அனைவரும் அழுகிறார்கள்.)

மான் : *ஆமாம் இந்தத் தீயவனே.*

(அண்டையிலிருந்த போர் வீரனின் கத்தியைப் பறிக்க முயலுகின்றான். போர் வீரன் மான் வளவனைப் பிடித்து நிறுத்துகிறான்.)

பிசிரா : *மனத்தைச் சிதறவிட வேண்டாம்.*

மான் : *(மற்றொரு போர்வீரனை நோக்கி) ஐயா நான் ஏன் இவ்வாறு அலைக்கழிக்கப்பட வேண்டும்? அருள்கூர்ந்து கத்தியைக் கொடுங்கள்.*

அரசன் : *மான்வளவனை அழைத்துப் போவீர்கள். அதுபோலவே தூயன் வரும்படி செய்வீர்கள்.*

(இரண்டு திரைகளும் மூடப்பெறுகின்றன. தூயன் இரண்டு போர்வீரர் சூழத் தோன்றுகிறான்;)

அரசன் : *தூயனே! தச்சுப்புலவரால் பச்சைக்கிளியின் உருவத்தை மரத்தில் செதுக்கி வைத்துள்ளோம். அவள்தானா பச்சைக் கிளி என்பதை நேரில் பார்த்துச் சொல்லவேண்டும். அவளில்லை என்றால் அதையும் சொல்லிவிடலாம்.*

(திரை விலகுகின்றது. உருவத்தைப் பார்த்துத் தூயன் தலைகுனிகின்றான்.)

அரசன் : *மரப்பாவை!*

தூயன் : *ஆ! அரசர் பெருமானே, இது அவள் உருவமைப்பே! (உற்றுப் பார்க்கிறான்) உயிரிழந்தாய், என்னால்...?*

பிசிரா : *அது பாவை. மறந்து விடுகின்றீரே!*

தூயன் : *(அழுது கொண்டே) உயிரிழந்தாள் அவள், என்னால்.*

(அருகில் இருக்கும் போர் வீரனை நோக்கி)

அந்தக் கத்தி வேண்டும் (போர் வீரன் கை மறுக்கிறது.) அரசர் பெருமானே! மனத்தொல்லை தாங்கவில்லை; என்னை மாய்த்து விடுங்கள்.

(தன் கண்களைக் கையால் மூடிக்கொள்ளுகின்றான்.)

பிசிரா : *தூயனே! உன் வஞ்சகக் செயலால் பச்சைக்கிளி பட்ட பாட்டைப்பார், உன் கண் நேர்.*

(திரை விலகுகின்றது. சிதைந்த உடல் காட்சியளிக்கிறது.)

தூயன் : ஐயோ! *(தலையில் அடித்துக் கொண்டு)* கற்புக்கரசி நீ! உன் கற்பில் ஐயப்படும்படி செய்தேன் நான். மனந்தவறி நான் அப்படிச் செய்தேன். என்றாலும். இப்படிச் செய்யலாமா ஆராயாமல் அந்தப் பாவி! ஆயினும், உடல் துடிக்க உயிர் துடிக்க இவ்வாறு குத்தியவன் அவனல்லன் நான்!

அவையத்தாரே, நான் சாகவேண்டும். என் சின்ன உயிர் இத்தனை பெரும் துன்பத்தைச் சுமக்காது.

பிசிரா : தூயனே, சற்றே விலகி நில். மான்வளவனையும் உன்னை யும் எதிரெதிர் வைத்து வாய்பிறப்பைக் கேட்கவேண்டும்.

(வீரர்கள் தூயனை அழைத்துச் செல்லுகிறார்கள். பிசிராந்தையார் படைத் தலைவரை அழைத்து ஏதோ காதில் முணுமுணுக்கிறார். அவன் செல்லுகின்றான்.)

அரசன் : பாவேந்தரே! இன்னும் அவர்கட்குத் தண்டனை வேண்டுமா? அவர்கள் அடைந்துள்ள துன்பம் போதாதென்றா எண்ணு கிறீர்கள்?

பிசிரா : ஓர் உள்ளத்தின் மேல் படையெடுத்த தீய எண்ணங்கள், எவ்வாறு பின்வாங்குகின்றன என்பதைப் பார்க்க வேண்டாமா?

அரசன் : வந்து சேரட்டும் இருவரும்!

(தூயனும், மான்வளவனும் வருகின்றார்கள். திரைகள் இரண்டும் விலகு கின்றன. தூயனும் மான்வளவனும் முகத்தை மூடிக் கொள்ளுகிறார்கள்.)

பிசிரா : *கண்ணைத் திறவுங்கள்! உற்றுப் பாருங்கள்.*

வாழப் பிறந்தவளாயிற்றே அன்பர்களே! சாகப் பிறந்தவளா அவள்? வட்டில் அமிழ்தாயிற்றே! கொட்டிக் கவிழ்க்க லாமா? எத்தால் குறைந்தாள்? எக்குற்றம்தான் புரிந்தாள்? வைத்து வைத்துப் பார்க்கும் வடிவழகுக்குக் குத்தும் வெட்டுமா அன்பளிப்பு? பாண்டிய நாட்டின் நடை முறைக் குறிப்பில் யாண்டும் இத்தகைய கொடிய வரலாறு காண்டல் உண்டா?

தூக்கிய கத்தி அவளின் துணுக்குற்ற விழி கண்டும் தாக்கத் துணிந்ததுண்டா? ஏந்திய கொடுவாள் கண்ட ஏந்திழையின் மாந்தளிர் மேனி நடுங்கக் கண்டும் மாய்ந்திடச் செய்ய மனமும் வருமா?

காதல் இருவர் கருத்து ஒருமித்து வாழ்வதைக் கண்டு மகிழ வேண்டுமா? அவள் சாதலைக் கண்டு மகிழ வேண்டுமா? தூயனே எண்ணிப் பார்!

தூயன் : *ஐயோ! ஐயா, நான் மகிழவில்லை, என்னை நான் இகழுகிறேன்.*

பிசிரா : *நாளெல்லாம் அவள் நடத்தையில் நலங்கண்ட நீ, கோள் சொன்னது கொண்டு, ஆராயாமல் வாள் கொண்டு மங்கையை மாய்த்தது மடமை இல்லையா மான் வளவனே?*

(அங்கு நடுவில் ஓர் பெட்டி மேல் வாள் வைக்கப்பட்டிருக்கிறது. அதை உற்றுப் பார்க்கிறான். தூயன், அதை அறிந்து கொள்ளுகின்றார் பிசிராந்தையார்.)

பிசிரா : தற்கொலை செய்து கொள்வது பெருங்குற்றம். நீங்கள் செய்த குற்றத்திற்குத் தண்டனை கேட்பது மெய்தானா? மனமாரச் சொல்லுகின்றீர்களா? மேலுக்கா?

தூயன் – மான்வளவன் : மனமாரச் சொல்லுகின்றோம்.

தூயன் : சாகாதிருக்கும் ஒவ்வொரு கணமும் நான் தணியாத தணலில் துடிக்கின்றேன் ஐயா,

(உடல் துவளல் தலை தொங்கல்)

மான் : இருக்கும் வரை துன்பம். இறந்தால் தான் இன்பம்!

(சோர்ந்து உட்கார்ந்து விடுகின்றான்.)

பிசிரா : நம் தாய்நாடு நல்லதொரு தமிழ் மகளை இழந்துவிட்டது. யார் காரணம்?

தூயன் : *(உடனே)* நான்!

பிசிரா : என்ன தண்டனை வேண்டும்?

தூயன் : சாவு வேண்டும்.

பிசிரா : அன்பு மனைவியை இழந்த மான்வளவனைக் கேள்.

மான் : *ஐயா, கொலை செய்தவன் நான் அல்லவா?*

பிசிரா : *என்ன தண்டனை வேண்டும்?*

மான் : *சாவு வேண்டும்.*

பிசிரா : *இரங்கி அழும் தூயனைக் கேள்.*

தூயன் : *(கத்தியை எடுத்து மான்வளவனெதிர் நீட்டி) படுகொலை செய்யத் தூண்டிய பாவி நான்! நிகழ்த்திய தீச்செயலை என் நெஞ்சு தாங்கவில்லை. இன்பமான சாவை எனக்குக் கொடுக்க வேண்டும்.*

மான் : *(வாங்க மறுத்து) நானா வாழத் தகுந்தவன். நீரா சாகத் தகுந்தவர்? என் உள்ளம் கொடியது. அதைப் பார்க்க முடிந்தால் பார்க்கட்டும் இந்த உலகம்; பார்க்க முடியாது.*

நல்லாரை எண்ணித் தவங்கிடக்கும் நானிலமே! கேள்! தூக்கிய வாளை முதலில் அவள் தோளில் பாய்ச்சினேன்! அவள் அலறவில்லை! உடலை ஒருக்கணித்தாள். முதுகின் ஓரத்தில் குத்தினேன்; அவள் ஓலமிடவில்லை. துடையில் குத்தினேன்; துடிக்கவில்லை! மேடிட்டிருந்த வயிற்றை நோக்கியது என் கத்தி; வயிற்றிற் பிள்ளை என்று வாய்விட்டு அலறி வயிற்றைக் காக்கப் பறந்தாள். என் இரும்பு நெஞ்சம் கருப்பையிற் குழந்தையும் துண்டாகும்படி கத்தியைப் பாய்ச்சியது.

அரசன் : *குற்றத்தை உணர்ந்தீர்கள்; அதற்காக வருந்துகின்றீர்கள். அதனால் திருந்தி விட்டீர்கள். உங்களை விடுதலை செய்கிறேன் உயிர்விட எண்ணுகிறீர்கள்.*

வேண்டாம்! பச்சைக் கிளியை இழந்து வருந்தும் பாண்டியநாடு நல்ல உள்ளம் படைத்த உங்களையுமா இழக்கவேண்டும்?

பாவேந்தரே. இந்த வழக்கின் நினைவாக நீவிர் பாண்டிய நாட்டுக்குச் சொல்ல வேண்டிய அறிவுரை இருந்தால் பகர்ந்தருள வேண்டும்.

பிசிரா : *உண்டு! உண்டு! எல்லாரும் நல்லவராய் இருந்தால் மட்டும் போதாது. எல்லாரும் செல்வராய் இருந்தால் மட்டும் போதாது. மற்றும் இருக்க வேண்டியது என்ன? எல்லாரும் வல்லவராயும் இருத்தல் வேண்டும்.*

வாழ்க பாண்டியன் அறிவுடைநம்பி. வாழ்க பாண்டிய நாட்டு மக்கள். வாழ்க அறம்! வாழ்க தமிழ்!

(குற்றவாளிகள் அவையத்தாரைப் பணிந்துவருத்தத்தோடு செல்லுகின்றார்கள்.)

காட்சி - 16

"அரசியும் குற்றவாளி"

இடம் : *அரண்மனை உணவு விடுதி.*

நேரம் : *தொடர்ச்சி.*

கதை உறுப்பினர் : *அரசியார், அரசர், பிசிராந்தையார், தோழி, மேற்படி யார்.*

நிகழ்ச்சி : *சிற்றுண்டி அருந்த உட்கார்ந்தார்கள். பணிப் பெண்கள், அப்பங்கள், பழங்கள் கொண்டு வந்து வைத்துக் கொண்டிருக்கிறார்கள்.*

அரசி : *பாவேந்தர் இந்த வழக்கின் நினைவாக வெளியிட்ட அறிவுரை மிக்க நன்று. ஆனால், பாவேந்தரின் உள்ளத்தில் மறைந்துள்ள ஒரு கருத்துப்பற்றி என் ஐய வினா!*

இறந்த பச்சைக்கிளியும் ஒரு குற்றவாளி என்பது உங்கள் கருத்தா?

பிசிரா : *அவள் மட்டுமா? அரசரும் நானும் குற்றவாளிகளே! என்ன? தன்னைக் காத்துக் கொள்ளும் ஆற்றல் ஒவ்வொருவனுக்கும் தேவை; ஒவ்வொருத்திக்கும் தேவை. அந்த ஆற்றலை நாம் மக்களுக்கு உண்டாக்கினோமா?*

படுத்திருந்தவளைத் திடீரென்று குத்தினான் வளவன். ஒரு குத்து எதிர்பாராதது! மறு குத்தைத் தடுத்துக் கொள்ளத்தக்க ஆற்றல் அவளிடம் இல்லை இருந்தால் தெரியும் சேதி! தன்னைக் காத்துக் கொள்ளாதவள் தவறு செய்தவள் தான்! ஆதலால் அவளும் குற்றவாளிதான்.

அரசி : *அரசர் குற்றவாளி. நீங்கள் குற்றவாளி. பச்சைக் கிளி குற்றவாளி ஒருவகையில்! இது சரி தான். இதில் ஒரு வியப்பு என்ன வெனில், நான் தான் குற்றமற்றவள் இல்லையா?*

தோழி : *அப்படிச் சொல்லும் அரசியாரும் குற்றவாளிதாம். என்ன! இந்த வழக்கில் தகவல் தெரிந்தவர்கள் தெரிவிக்க வேண்டும் என்று அவையத்தார் சொன்ன போது தெரிந்ததை அவரவர் சொன்னார்கள். அரசியார் தெரிந்ததைச் சொல்லவே இல்லை.*

அரசன் : *அப்படியா? அதென்ன தோழி?*

தோழி : *பச்சைக்கிளியின் உடல் அரண்மனையில் ஒரு புறம் வைக்கப் பட்டது. பெண்டிர் அனைவரும் கண்டு துடித்து அழுதார்கள்! அரசியாரோ பாண்டிய நாட்டுப் பச்சைக்கிளியே என்று சொல்லி அழுதார்கள். இதனால் பச்சைக்கிளி இன்னார் என்பது அரசியார்க்குத் தெரிந்து தானே இருந்தது.!*

அரசன் : *தெரிந்ததை மறைத்தது குற்றமே. இதற்கு என்ன சொல்லுகின்றாய் நீ?*

அரசி : *பச்சைக்கிளியின் சிதைந்த உடலைப் பார்த்தேன். அதற்கு முன் அவளை நான் பார்த்ததில்லை. ஆயினும் பாண்டிய நாட்டுப் பச்சைக் கிளியே என்று கூறிப் பதைத்ததுண்டு. ஏன் நான் பச்சைக்கிளியே என்று பகர்ந்தேன். காரணம் கூறுகிறேன்.*

காட்சி - 17

"நாடகத்துள் நாடகம்"

'பாண்டிய நாட்டுப் பச்சைக்கிளி'

இடம் : *அதே இடம்.*

நேரம் : *சில திங்களின் முன்பு.*

கதை உறுப்பினர் : *அரசி, தோழி, பிசிராந்தையார்.*

நிகழ்ச்சி : *இதுபோலவே சிற்றுணவு அருந்துமுன் அரசியின் தோள் மீது இருந்து கொஞ்சும் கிளியைநோக்கிப் பிசிராந்தையார் மகிழ்ச்சி முகம் காட்டினார்.*

அரசி : *பச்சைக்கிளியைப் பற்றிப் பாடினால்தான் உங்கள் உணர்வு முற்றுப்பெறும்.*

பிசிரா : *பச்சைக்கிளிக்குத் தனியழகு ஒன்றும் வந்துவிடவில்லை.*

அரசி : *பச்சைக்கிளி அல்லாமல் எனக்கொன்றும் தனிச் சிறப்பு உண்டாகி விடவில்லை.*

பிசிரா : *பாண்டிய நாட்டு அரசியர்க்கா தனிச் சிறப்பில்லை?*

அரசி : *பச்சைக் கிளியைப் பிரிந்த பாவைக்குச் சிறப்பேது?*

பிசிரா : *அரசிக்கும் கிளிக்கும் ஆகுமாறு பாடிவிடுகின்றேன்;*

வேண்டியபோது கனிஅமு துண்ணுமாம் வெய்யபசி
தூண்டிய போது தமிழ்கற்கு மாம்தனி யேவிரும்பி
ஈண்டிய மன்னவன் தோள்மீது வாழுமாம் யார்க்குவரும்.
பாண்டிய நாட்டுப் பச்சைக் கிளிக்கேயுள்ள பாக்கியமே!

அரசி : *கிளி என் தோளில் வாழ்வது. நான் மன்னவர் தோள் மீது வாழ்பவள். நன்று! மிக்க இனிமை. "பாண்டிய நாட்டுப் பச்சைக்கிளி" அருமையான சொற்றொடர். இதை நான் மறக்கவே மாட்டேன்.*

முற்றிற்று

அரசி : *அந்த நினைவாகத்தான் சிதைந்த பெண்ணுடலைப் பார்த்த போது அவ்வாறு சொல்லி அழுதேன்.*

பிசிரா : *எல்லாரும் குற்றவாளிகள். சரியான தண்டனை கொடுக்க எண்ணுகின்றேன். அரசர் எண்ணம் என்ன?*

அரசன் : *தீர்ப்பளிக்க வேண்டுகிறேன்.*

பிசிரா : *இங்குத் தட்டில் படைத்துள்ள பண்ணியங்கள் பழங்கள் அனைத்தையும் ஒன்றுவிடாமல் அருந்திவிட்டுச் சுவை நீரை யும் வைக்காமல் குடிக்க வேண்டும், இடையில் பேசக் கூடாது.*

காட்சி - 18

"கோப்பெருஞ்சோழன் முடி துறக்க வேண்டும்"

இடம் : *சோழ நாடு; அரண்மனை (உறையூர்)*

நேரம் : *காலை.*

கதை உறுப்பினர் : *கோப்பெருஞ்சோழன், அமைச்சன், படைத் தலைவன், புலவர் பொத்தியார், புல்லாற்றூர் எயிற்றியனார்.*

நிகழ்ச்சி : *கோப்பெருஞ்சோழன் அமைச்சர் முதலியவருடன் பாண்டிய நாட்டுச் செய்தி பற்றிப் பேசிக் கொண்டிருக்கின்றான்.*

கோப் : *பிறகு தீர்ப்பு என்ன?*

அமைச் : *தன் குற்றத்தையுணர்ந்தவர் தண்டனைக்குரியவர் அல்லர் ஆதலால், குற்றவாளிகளை விடுதலை செய்தனர் பாண்டிய நாட்டு அறிவுடை நம்பியார்.*

கோப் : *சோழ நாட்டுத் தூயன் என்பவன்தான் கொலைக்குக் காரணமானவன் என்பதென்ன?*

அமைச் : *தூயன் மணக்க எண்ணியிருந்த பச்சைக்கிளி மான்வளவனை மணந்துகொண்டாள். அதனால் தூயன் வாழ்க்கையில் வெறுப்புற்றுப் பாண்டிய நாட்டிலேயே திரிந்து கொண் டிருந்தான். ஒருநாள் நல்லதொரு வாய்ப்புக் கிடைத்தது தூயனுக்கு மனைவி மேல் மான்வளவனுக்கு*

எரிச்சல் உண்டாகும்படி கோள் மூட்டி விட்டான். அதனால் மான்வளவன் அவள் கற்பில் ஐயமுற்றுக் - கருவுற்றிருந்தையும் எண்ணாமல், அவளைக் கொலை செய்துவிட்டான்.

கோப் : *சோழநாடு பழிசுமந்தது தூயனால்! இது வருந்தத்தக்கது. தூயனைப் பாண்டிய மன்னர் விடுதலை செய்தார். ஆயினும் தூயனைத் தண்டிக்க வேண்டியது நம் கடனாகும்.*

(இதற்குள் வாயில் காப்போன் அரசனை வந்து பணிகின்றான்.)

கோப் : *என்ன?*

வாயில் : *பாண்டிய நாட்டு மன்னர் அனுப்பிய மறவர் ஒருவர் அரசரைக் காண வந்துள்ளார்.*

கோப் : *அப்படியா? வரவிடு!*

(மறவர் வருகிறார், அரசரை வணங்குகின்றார். கையிலிருந்த சுருளை அரசரிடம் நீட்டுகின்றார். அரசர் வாங்கிப் படிக்கின்றார். அரசர் விழிகள் வியப்பில் ஆழ்கின்றன.)

மறவர் : *நானும் அமைச்சரும் பிறரும் பாண்டிய மன்னருக்கு மிகுதியாகச் சொன்னோம், அவர் கேட்கவில்லை, பாண்டிய நாட்டுப் பச்சைக்கிளியைத் தூயன் கொன்ற தற்குச் சோழன் தீய ஆட்சியே காரணம் என்றே நம்புகின்றார்.*

கோப் : *(சுருளைப் படிக்கின்றான்.)*

பாண்டியன் அறிவுடைநம்பி,

கோப்பெருஞ்சோழ மன்னர்க்குக் கூறுவது;

உம் ஆட்சி கொலைஞர்கள் விளைநிலமாயிற்று. பாண்டிய நாட்டுப் பச்சைக்கிளியின் படுகொலைக்குச் சோழ நாட்டுத் தூயன் காரணமானான்.

இச்செய்தி கண்டவுடன் (கோப்பெருஞ்சோழன்) நீர் முடிதுறக்க வேண்டும். ஒரு நாழிகையும் வீணாக்கக் கூடாது. அங்கு அறம் காக்கப்பட வேண்டும்.

இன்றே, இது கண்டவுடன் முடிதுறக்கும் விழா நடந்தாக வேண்டும். இல்லையெனில், காத்துக் கொள்ளுக உம்மை!

அமைச் : *புதுமையிலும் புதுமை!*

புலவர் : *சுருள் கொண்டு வந்தவரே, பாண்டியனார் தந்ததா இந்த ஓலை?*

மறவர் : *ஓலை தந்தார். படையையும் கிளப்பி விட்டார். வந்து கொண்டிருக்கின்றது. சோழநாட்டை நோக்கி.*

புல்லாற் : *படையுமா கிளம்பிற்று? என்ன, சோழநாட்டை நோக்கியா?*

(இதே நேரத்தில் கோப்பெருஞ்சோழன் மகன் இளங்கோச் சோழன் வருகின்றான்.)

இளங்கோ : *தந்தையே! அன்றே எண்ணினேன் தூயனால் தொல்லை நேரும் என்று. நினைத்தது சரியாயிற்று. ஓர் இமைப் போதும் நாம் வாளாயிருக்கக் கூடாது.*

எல்லை காப்போன் என்னிடம் கூறினான். பாண்டியன் படை நம்நாட்டை நோக்கி விரைகின்றது என்று.

நானும் சிறிது தொலைவு சென்று பார்த்தேன். அப்பக்க மிருந்து வரும் காற்றில் தூசு கலந்திருந்தது. பறவைகள் அஞ்சிப் பறந்து வருகின்றன.

எனக்கு விடை கொடுங்கள்! என் தலைமையில் ஒரு படை அனுப்புங்கள். கிளம்பும் புலியைக் குகையிலேயே தொலைத்து வருவேன்.

படைத் தலைவரே, என்ன சும்மா இருக்கிறீர்? எழுந்திரும்! நீரும் ஓய்வு பெற்றுக் கொள்ளும்.

உங்கள் அதிகாரத்தை என்னிடம் ஒப்படைத்துப் பாரும். முதுமைக்கும் படைத் தலைமைக்கும் ஒத்துவராது. என் போன்ற கூரிய கத்தியிருக்கவும் கூர்மழுங்கிய கிழத்தால் ஆவதென்ன?

எதிர்கொண்டு தாக்கவேண்டும் எழுந்திரும்!

தந்தையே! மூத்த பிள்ளை நானிருக்கிறேன்.

ஆதலால் நீங்கள் எல்லாம் அடைந்திருக்கின்றீர். ஆனால், இந்த எதிர்ப்புக்கு நாம் தோற்பது நான் என் மானம் தோற்பதாகும்.

விரைந்து எழுங்கள்; விடைதாருங்கள்; படை தாருங்கள்!

படைத்தலை : மகிழ்ச்சி! என் முதுமை இகழ்ச்சிக்குரியதுதான் ஆயினும், பகைப்படை வருவது உண்மையா என்பது தெரிய வேண்டுமே!

கோப் : படைத்தலைவரே, படையொன்றை இளவரசரிடம் ஒப்படைக்கத்தான் வேண்டும். பெரும் படை ஒன்றை நீங்கள் ஆயத்தப் படுத்தத்தான் வேண்டும். ஓலை கொண்டு வந்தவரே, பாண்டியனார் எண்ணப் படி முடிந்தால் என் முடியைப் பற்றிக் கொள்ளட்டும்! நீவீர் போகலாம்.

மறவர் : முடிதுறப்பதே நல்லது. போர் தொடுப்பது பயன்படாது.

கோப் : விரைவில் நீவீர் போய்விட வேண்டும்.

(போதல்.)

படைத்தலை : இளவரசருக்கு முழுப் படைத் தலைமை கொடுப்பதா?

புலவர் : சிறு படைக்கு அவர் அதிகாரி! அவ்வளவே,

கோப் : *அவ்வளவே!*

(போகின்றார்கள்.)

காட்சி - 19

“வஞ்சக் கூத்து”

இடம் : *சோணாட்டு உறையூரில் ஒரு தெரு.*

நேரம் : *மாலை.*

கதை உறுப்பினர் : *படைத்தலைவர் பரூஉத்தலையார், அவர் மகள் மணியிடை, இளங்கோச்சோழன், வீட்டினர், படையினர்.*

நிகழ்ச்சி : *இளங்கோச் சோழன் தேரேறி முன்னணியிற் செல்ல, நாற்படை பின் தொடர்ந்து செல்கின்றது. இசைக் கருவிகள் முழக்கமிடுகின்றன. தெருவி லுள்ளார் ஆடவர், பெண்டிர் படையை வாழ்த்து முகத்தால் மலர் மாரி பொழிகின்றார்கள்.*

படை, படைத்தலைவராகிய பரூஉத் தலையாரி வீட்டை நெருங்கின்றது. அவர் வீட்டின் மேல் மாடியில் படைத் தலைவர் மகளாகிய மணி யிடை, கண்டு வருந்துகின்றாள் அதை இளங்கோச் சோழன் காணுகின்றான். ஆயினும், அதே நேரத்தில் படைத் தலைவராகிய பரூஉத் தலையாரும் வீட்டினின்று வெளிவந்து விடுகின்றார்.

இளங்கோச் சோழன் : *(தேரினின்றே - மாடியிலுள்ள அவளுக்கும் தேற்று மொழி கூறுகின்றான். படைத் தலைவர்க்கும் உறுதிமொழி கூறுகின்றான்.)*

பாட்டு

வாடா மலர்முகம் வாடுவதென்ன மறப்பதுண்டோ?
வீடேறி இன்றிரா மேன்மாடி ஏறி வருவதுண்டு,
கூடாத கோதை முழுவெற்றி மங்கை! குறைதவிர்க!
பாடேறும் இந்தப் படையுண்டு, நல்ல பயனுமுண்டே!

(படையும் தேரும் போகின்றன. கண் மறையும் வரைக்கும் அவள் அவனையே பார்த்திருந்து போகின்றாள்.)

இடைக்காட்சி

மேற்படி (வஞ்சக்கூத்து)

இடம் : *படைத்தலைவர் பரூஉத்தலையார் வீடு.*

நேரம் : *மேற்படி (மாலை)*

கதை உறுப்பினர் : *படைத்தலைவர், மணியிடை, அவள் அன்னை.*

நிகழ்ச்சி : *பேசுகின்றார்கள்.*

மனைவி : *கூத்து!*

படைத்தலைவர் : *வஞ்சக்கூத்து! இவனுக்கு வெற்றிமங்கை வந்து விடுவாளாம்! அதிலும் அவள் வீடேறிவருவாளாம். வீட்டின் மேல்மாடி ஏறி வருவாளாம், மேலும் இன்றிரவேயாம்.*

மணியிடை : *பகையிருந்தால் தானே வெற்றி கிடைக்கும். படை கூட்டிக் கொண்டு எங்கேதான் போகின்றாரோ தெரியவில்லை?*

மனைவி : *பாண்டியனார் படை வந்து கொண்டிருக்கிறதாமே?*

படைத்தலைவர் : *யார் சொன்னார்?*

மனைவி : *இளங்கோச் சோழன் சொல்லவில்லையா?*

படைத் : *அதுமட்டுமல்ல, பாண்டியன் அனுப்பிய ஒரு மறவனும் போர் தொடங்கப் போவதாகக் கூறிப் போனான். அத்தனை யும் அடியோடு பொய்!*

மணியிடை : *ஏதோ படை தேவை என்றார் இளவரசர் - கொடுத்தார் அரசர். கேட்டவர்க்குக் கேட்டபடி கொடுப்பது தானே அவர் வேலை?*

படைத் : *ஆம்! இப்போது மன்னவர் கேட்டவர்க்குக் கேட்ட படி கொடுக்கவில்லை. கெட்டவர்க்குக் கெட்டபடி கொடுத்தார் என்று எண்ணுகின்றேன்.*

மனைவி : *நான் நினைப்பது வேறு.*

படைத் : *கூறு.*

மனைவி : *இளவரசுக்குப் பகைவர் யாரோ இருக்கின்றார்கள். அந்தப் பகைவர் பாண்டியமன்னர் அல்லர். படை கூட்டிக் கொண்டு போகின்றார் இளவரசர்.*

மணியிடை : *திரும்பினால் தான் - பெற்றவர்க்குப் பிள்ளை!*

படைத் : *நன்று கூறினாயம்மா!*

மணியிடை : *இன்றிரவு அரசினர் பணி உண்டோ உங்களுக்கு?*

படைத் : *மேலைத் தெருவைச் சுற்றிப் பார்த்து வரவேண்டும்.*

மணியிடை : *என்ன பார்ப்பது? திருடர் உண்டா? எல்லாரும் நல்லவர் இந்த நாட்டில்! எல்லாரும் செல்வர் இந்த நாட்டில்!*

படைத் : *ஆயினும் பிசிராந்தையார் சொன்னபடி, எல்லாரும் வல்லவராயில்லையே! வலியார் மெலியாரை வாட்டவும் கூடுமன்றோ?*

மணியிடை : *உணவு படைத்தாய்விட்டது! (போதல்)*

அன்று நள்ளிரவில்

(மேல் மாடியினின்று ஒரு நூலேணி இறங்குகின்றது. அதில் இளங்கோச் சோழன் ஏறுகின்றான். பஞ் சணையில் படுத்தபடி இளங்கோச் சோழனும் மணி யிடையும் பேசுகின்றார்கள்.)

இளங்கோ : *ஊரில் இருக்கமாட்டேன் என்று உறுதியாக நம்பினார்கள் உன் பெற்றோர்கள்.*

மணியிடை : *(கையால் முகத்தை மறைத்துக் கொள்ளுகின்றாள்) ஆமாம்!*

இளங்கோ : மேலைத் தெருவில் சுற்றுகின்றார் உன் தந்தை. மூலையில் நின்றிருந்ததைப் பார்த்தேன்.

நம் முதல் நாள் இன்பமும் முடிந்தது இங்கே.

மணி : (கையை எடுத்துக் கண்ணீர் விடுத்து) இன்பத்தை நான் அடையவில்லை. துன்பத்தையே அடைகின்றேன்.

இளங்கோ : வியப்பு! நன்றாகச் சொல்லிக்காட்டு.

மணி : வராதிருந்தாலும் வருத்தம் உண்டாகாது.

இளங்கோ : வந்ததால்?

மணி : பிரியத்தானே நேரும்? என் மனம் படும் பாடு எனக் கல்லவா தெரியும்?

இளங்கோ : பிரியாதிருக்கப் பெரியதோர் திட்டம் இட்டிருக்கிறேன்.

மணி : படை எங்கே?

இளங்கோ : காத்துக் கொண்டிருக்கிறது அண்டியூரின் ஒரு புறம்.

மணி : பகைவர் எங்கே?

இளங்கோ : படுத்திருக்கின்றார் மாளிகையின் மகளிர் இல்லத்தில்!

மணி : *விளங்கவில்லை!*

இளங்கோ : *மனத்தில் வைத்திரு! அரசர் - என் தந்தையார் தாம் என் பகைவர் - நம் பகைவர்! விரைவில் தெரியும் செய்தி! சுருக்கமாகச் சொல்லுகிறேன். நான்தான் இந் நாட்டுப் பேரரசன். நீதான் பேரரசி. பிரியாதிருப்போம். மாளிகை யின் மகளிரில்லத்தில் மணிக்கட்டிலில் நாம் பிரியா திருப்போம் பெண்ணே. எனக்கு விடை கொடு. நாழிகை யாகின்றது.*

மணி : *வாழ்வது எப்படி? கடல் நீர்களனைத்தும் உண்ணக் காத்திருந்தேன். துளி நீர் உண்டால் தொலையுமோ நீர் வேட்கை? ஒன்று செய்யுங்கள். உடனழைத்துப் போய் விடுங்கள். வந்தது வரட்டும். என் உடலில் உயிர் தங்கட்டும்.*

இளங்கோ : *நினைத்ததொன்று முடிவதொன்றா?*

மணி : *வாழப் பிறந்தோமா, சாகப் பிறந்தோமா? பிரிந்து வாழ முடியும் ஆடவரால்! மகளிரால் அது முடியுமா? நூலேணியை மாடியிற் கட்டித் தொங்க விடுகின்றேன். இருவரும் இறங்கிப் போய்விடுவோம்.*

இளங்கோ : *வந்தது வரட்டும் - படை இருக்கிறது என் கையில்!*

(இருவரும் நூலேணியில் - முன்னே மணியிடையும் பின்னே இளங்கோச் சோழனுமாக இறங்குகின்றார்கள்) அவர்கள் நூலேணியை அப்படியே தொங்கவிட்டு அண்மையில் நிற்கும் குதிரையை நோக்கி விரைந்தோடி அதன் மேல் இருவரும் ஏறக் குதிரை விரைகின்றது.)

காட்சி - 20

“அண்டியூர்ச் சாலை”

இடம் : *படைத்தலைவர் பரூஉத்தலையார் வீட்டின் வெளிப் புறம்.*

நேரம் : *மேற்படி*

உறுப்பினர் : *படைத்தலைவர் பரூஉத்தலையார் மேற்படியார் மனைவி, ஆட்கள், மணியிடை, இளங்கோச் சோழன்.*

நிகழ்ச்சி : *படைத்தலைவர் பரூஉத்தலையாரும் ஆட்கள் இருவரும் குதிரையில் வருகின்றார்கள். படைத் தலைவர் வீடு நோக்கி! நூலேணி தொங்குவதைப் படைத்தலைவர் பார்க்கிறார். மூவரும் குதிரை விட்டு இறங்குகின்றார்கள்.*

படைத்தலைவர் : *நூலேணி! என் மகளை இளங்கோச்சோழன் கொண்டு போனான்.*

(இதற்குள் படைத்தலைவர் மனைவி வெளிவந்து)

மனைவி : *மாடியில் மகளில்லை. வீட்டில் எங்கும் பார்த்தேன் இல்லையே!*

படைத் : *வருந்தாதே! இளங்கோச் சோழன் செய்த வேலை. போவோம் அண்டியூர்ச்சாலை வழியாக!*

(மூன்று குதிரைகளும் பறந்தன)

படைத் : *(குதிரை மீதிருந்தபடி) அதோ இளங்கோச் சோழன், அதோ மணியிடை!*

(குதிரைகள் முன்னோக்கித் தாவுகின்றன. இளங்கோச் சோழன் குதிரையும் முன்னேறுகின்றது.)

மணியிடை : *(குதிரைமேல் இருந்தபடி) குதிரை நிற்கட்டும். நான் என் தந்தையிடம் மன்னிப்புக் கேட்கவேண்டும்.*

இளங்கோ : இப்போது தப்ப வழி பார்க்கவேண்டும். மன்னிப்புக் கேட்பது பின்னுக்கு ஆகட்டும்.

(இளங்கோச் சோழன் குதிரை ஓர் ஆலின் பின்புறம் மறைகின்றது. படைத்தலைவர் குதிரை நேரே செல்லுகிறது.)

படைத் : குதிரை காணப்படவில்லை, இடையில் எங்கேனும் மறைந்து கொண்டிருக்க வேண்டும்.

(குதிரைகள் பின் நோக்குகின்றன.)

ஆள் 1 : இதோ

(படைத்தலைவரும், ஆட்களும் நெருங்குவது கண்ட இளங்கோச்சோழன் வாளை உருவுகின்றான். படைத் தலைவனும் வாளை உருவுகின்றான்.)

மணியிடை : *(இளங்கோச் சோழனின் வாளைப் பிடித்தபடி) எலிக் குஞ்சால் யானையை எதிர்க்கமுடியுமா! உறையிற்*

போடுங்கள் வாளை! (படைத்தலைவரை நோக்கி) அப்பா மன்னிக்க வேண்டும் என்னை! வாள் உருவிய இளவரசரையும் மன்னிக்க வேண்டும்.

படைத் : அன்பு முறையில் நீ இளவரசரோடு வந்தாயா? வன்பு முறையில் அவர் உன்னைக் கொண்டுவந்தாரா?

மணி : நானே அவரோடு வந்தேன், என் வாழ்க்கைத் துணைவர் அவர் ஆதலால்!

படைத் : நல்ல துணைவர்தாமா அவர்? ஆராய்ந்தாயா?

மணி : எல்லாம் உடையவர். அதில் ஐயம் என்ன அப்பா!

படைத் : அறிவுடையார் எல்லாம் உடையார். அதுதான் இளவரசரிடம் இல்லை. அவரிடம் இருக்கிறது என்றால் அது அச்சந்தான்! என்னைக் கண்டதும் வாளை உருவுகின்றார்! அறிவும் இல்லை, ஆண்மையும் இல்லையே?

இளங்கோ : மாமா! நீங்கள் எனக்கு இருக்கின்றீர்கள். அதனால் எனக்கு எல்லாம் இருக்கின்றன. நான் இனி எவர்க்கும் அஞ்ச வேண்டியதில்லை. நான் உங்கள்பால் தவறிழைத்தேன். நீங்கள் மன்னிக்கவேண்டும்.

எனக்கு நீங்கள் ஒரு வரம் அளிக்கவேண்டும். என் தந்தை முடி துறக்க வேண்டும். நீங்கள் அரசாள வேண்டும். நான் படைத் தலைவனாக விளங்க வேண்டும். உங்கள் முழு உதவி வேண்டும்.

படைத் : *உன் உள்ளத்தில் மறைந்து கிடந்தது இதுதானா? இளவரசே, நல்ல எண்ணமன்று இது! தந்தையின் புகழ் உலகத்தனை பெரிது, அவரின் நல்லாட்சி உலகால் பாராட்டப்படுகின்றது. அது மட்டுமின்றி அவரிட மிருந்து ஆட்சியைப் பறிப்பேனானால், என்னை உலகம் தூற்றும், மகளை இளவரசருக்குக் கொடுத் தான். ஆட்சியைத் தான் கைப்பற்றினான் என்று சொல்லும்படி நான் நடந்து கொள்ளவேண்டுமா?*

மணி : *ஆதலால் ஆட்சியை, இளவரசுக்கே ஆக்கிவிடலாமே அப்பா!*

இளங்கோ : *என்னை அரசனாக்கிய பின் நான் மணியிடையை மணந்து கொள்கின்றேன். அதுவரை எங்கள் தொடர்பு பிறர் அறியாத படி இருக்கவேண்டும். மாமா, நல்ல இளம் பருவத்தை நான் துன்பத்தில் தொலைக்க வேண்டும். இந்த முதுபருவத்திலும் தந்தை முடி கழற்றக் கூடாது எனில், எங்கடுக்கும் இந்தக் கூத்து! அன்றியும் அரசர் நடந்துகொள்ளும் முறை எப்படி? வந்தார்க் கெல்லாம் வாரி வழங்குவது, விரும்பி னோர்க் கெல்லாம் பெரும்படியாக எடுத்து வீசுவது. இவர் தம் இரு பிள்ளைகளுக்கும் என்ன வைக்கப் போகின்றார்?*

மணி : *அப்பா, வீட்டுக்குப் போவோம். அம்மாவின் வருத்தத்தைத் தீர்க்கவேண்டும். ஆனால் ஒன்று உறுதி; என் துணைவர் முடி புனைய வேண்டும். இல்லாவிடில் நான் உயிர் விடுவது தவிர்க்க முடியாதது.*

(அனைவரும் போகின்றார்கள்.)

காட்சி - 21

“உள்நாட்டுப் போர்”

இடம் : *சோணாடு, உறையூர் அரண்மனை வாயில்.*

நேரம் : *காலை.*

கதை உறுப்பினர் : *கோப்பெருஞ்சோழன், அரசி, அமைச்சர், படைத் தலைவர் பரூஉத்தலையார், இளங்கோச் சோழன், படை மறவர், செய்தி அறிவிப்போன், புலவர் புல்லாற்றூர் எயிற்றியனார். வேவு பார்ப்போன்.*

நிகழ்ச்சி : *அண்டியூர்ச் சாலையில் நிற்கும் இளங்கோச் சோழனின் பெரும்படையின் ஒரு பகுதி அரண்மனை வாயிலையடைகின்றது. அதற்குத் தலைமை தாங்கியிருக்கின்றார் இருவர். ஒருவன் இளங்கோச்சோழன். மற்றொருவன் அவன் தம்பியாகிய செங்கோச் சோழன். போர் முரசு முழங்குகின்றது. செய்தி அறிவிப்போன் ஒருவன் அரண்மனைக்குள் நுழைகின்றான்.*

கோப் : *(அமைச்சனை நோக்கி) அரண்மனை வாயிலில் கூச்சல் என்ன? முரசம் என்ன?*

அமைச்சர் : *எதிர்பாராத புதுமை! படைத்தலைவரையும் காணோம். இதோ! (செய்தி கொண்டு வருகின்றான் ஒருவன்)*

செய்தி! : மாபெரும் புகழுடைக் கோப்பெருஞ்சோழனார்க்கு வணக்கத்தோடு விண்ணப்பித்துக் கொள்ளுவது.

பெருமானே, ஆண்டு பலவாயின. உங்களை முதுமை வருத் திற்று. அதனால் ஆட்சிமுறை தவறிற்று. நீங்கள் முடிதுறக்க வேண்டும். ஆட்சியை இளங்கோச் சோழனாரிடம் இப்போதே ஒப்படைக்க வேண்டும். இந்த இறுதிச் செய்தியை உங்கட்குக் கூறிவரும்படி எனக்கு ஆணையிட்டார் தங்கள் இளங்கோச் சோழனாரும், செங்கோச் சோழனாரும்.

கோப் : எப்படி? எப்படி? இறுதிச் செய்தியா? எனக்கா? என் மக்களா சொன்னார்கள்? முரசு போர் முரசா? அரவம், படை யரவமா? என் மக்கள் எங்கே வாயிலில் உள்ளார்களா?

செய்தி : ஆம்! போர் ஆயத்தமாக!

(கோப்பெருஞ் சோழன் வாளை உருவிக் கொண்டு ஓடுகின்றான்.)

வாயிலில்

வாளுங் கையுமாகத் தந்தையைக் கண்ட இளங்கோச் சோழனும் செங்கோச் சோழனும் சிங்கத்தைக் கண்ட சிறு நரிகள் போலப் பறக்கின்றார்கள். முன்னின்ற துணைப் படைத்தலைவன் கழுத்தும், அவன் ஏறியிருந்த குதிரைக் கழுத்தும் துண்டாகி விழுகின்றன. மற்றும் பலர் கால், கை முதலிய உறுப்புக்கள் துணிக்கப்பட்டு விழுகின்றார்கள்.

மற்றவர் ஓடுகின்றார்கள். அதே நேரத்தில் வேவு பார்ப்போன் ஒருவன் அரசனை நோக்கி ஓடிவருகின்றான்.

வேவு : *அரசே, அண்டியூர்ச் சாலையை விட்டு வந்து கொண்டிருக் கின்றது ஒரு படை.*

அரசன் : *படையை நடத்துகின்றவன்?*

வேவு : *இன்னான் என்று அறியக் கூடவில்லை.*

அரசன் : *என் மக்களைக் கண்டாயா?*

வேவு : *இல்லை. ஆனால் படை இந்த நாட்டுப்படை! படைவீரர் அனைவரும் சோணாட்டாரே.*

அரசன் : *படைத்தலைவர் பரூஉத்தலையார் எங்கே?*

வேவு : *எங்கும் காணவில்லை.*

அரசன் : *உடனே படைத்தலைவரைத் தேடுக, வீட்டில் வீட்டின் புறத்துச் சோலையில். உடனே போ.*

(வேவு பார்ப்போனாகிய அந்த மறவன் விரைந்து செல்லுகின்றான்.)

மற்றொருபுறம் :

அரசன் : *(அமைச்சனை நோக்கி) அமைச்சரே, நம் படையை ஆயத்தப்படுத்த வேண்டும். போனவர் போக, இருக்கும்*

படை திரண்டால் போதும். என் மக்கள் எங்கே பதுங்கினார்கள். தெரிய வேண்டும்.

(அமைச்சர் விரைந்து செல்லுகின்றார். அரசனும் ஒரு குதிரையில் ஏறி நகரைச் சுற்றுகின்றான்.)

காட்சி - 22

"ஆண்டில் முதியன், ஆற்றலில் இளையான்!"

இடம் : *சோணாடு; உறையூர்த் தெருக்கள்*

நேரம் : *மாலை.*

கதை உறுப்பினர் : *கோப்பெருஞ்சோழன், அரசி, அமைச்சன், படைத் தலைவனான பரூஉத்தலையார், இளங்கோச் சோழன், படைமறவர், ஒற்றர், மணியிடை, உழுவைத்திறல்.*

நிகழ்ச்சி : *மூன்று தேர்கள், மூன்றே யானைகள், மூன்றே குதிரைகள் முப்பதின்மரே காலாட்படை; இச்சிறு படையை உழுவைத்திறல் என்ற துணைப்படைத் தலைவன் நடத்தி வருகின்றான் தெருவழியாக! கோப்பெருஞ் சோழன் குதிரையில் எதிர்ப் படுகின்றான்.*

உழுவைத்திறல் : *எம்பெருமானே! முரசில்லை; கொடியில்லை; முழக்குவன இல்லை. எல்லாம் அண்டியூர்ச் சாலை யில் - இளவரசர் தலைமையில்! எஞ்சிய படை இது தான் நமக்கு. இவ்வாறு தீங்கு செய்தார் யார் என்பீரே! நவில் என்றால் என் நாவும் நாணுகின்றது. இந்தத் தீய நிலையை எம்பெருமானுக்கு உண்டாக் கியவர் படைத்தலைவன் மடப்புலையன் பரூஉத் தலையான்.*

அரசன் : *பரூஉத்தலையானும் பசங்களை ஆதரிக்கின்றானோ! படுகளத்தில் ஒப்பாரியா! அவனுக்கும் ஒரு குழி தோண்டச் செய். உழுவைத்திறல்! உன் படை சிறியது! அஞ்சவேண்டாம். நான் உன் கட்சி.*

படைமறவர் : *வெல்க, வெல்க, சோழவேந்தரே!*

(இதற்குள் ஒற்றன் உலகன் வருகின்றான்.)

உலகன் : *அண்டியூர்ச் சாலையில் பெரும்படை குவிந் துள்ளது. எனினும் அப்படை நின்ற நிலையில் இருப்பது தவிர அடி பெயர்த்து வைக்க மறுக் கின்றது. அங்கொருபுறம் இளவரசர் இருவருடன் படைத்தலைவர் பரூ உத்தலையார் திகைப்பூடு மிதித்தார் போல் தயங்கி நிற்கின்றார். அவர்கள் வேப்பிலை அடிக்கிறார்கள். அவர் வாய்ப்பில்லை யே என்று கூறுகின்றார்.*

இளவரசர் இருவரும் படைத்தலைவர்க்கு ஊக்கம் தருகின் றார்கள். அவர் ஏக்கம் கொள்ளுகின்றார். படை நடத்தச் சொல்லுகின்றார்கள் இளவரசர்கள். இடை இணைத்து நிற்கின்றார் படைத்தலைவர்.

அரசன் : *பரூஉத்தலையான் என்னை எதிர்ப்பானேன்? என் முடிபறிப்பதுதான் அவன் நோக்கமோ?*

உலகன் : *பெண்ணைக் கொடுத்தார் அன்றோ!*

அரசன் : *அப்படியா! ஆரியர் வேலையன்றோ அது? மணி யிடை என்றொரு சிறுமி படைத்தலைவன் மகள்! அவளை நம் பெரிய பையனுக்குக் கொடுத்து அதன் பொருட்டு*

என்முடியைப் பெற ஆசைப்பட்டானா? இத்தனை நாள் இந்தப் பாம்புக் குட்டியையா நான் மடியில் கட்டிக் கொண்டிருந்தேன்?

பாண்டிய மன்னன் படையெடுப்பதாக ஆள்வந்து சொன்னது அத்தனை யும் பொய்! என் முடிபறிப்ப தென்னும் இந்த ஏற்பாடு நீண்ட நாட்களாக அவர்கள் இட்ட திட்டத்தின் விளைவு!

உலகன் : *அரசர் பெருமானே, உங்கள் சோறு, உங்கள் உடை, நீங்கள் வளர்த்த உடல், நீங்கள் ஊட்டிய உரம் ஆகிய இந்தக் கூட்டுச் சரக்கு உங்களிடமே காட்டும் முறுக்கு! உலகப்புதுமை ஐயாவே!*

அரசன் : *ஏன் இன்னும் வரவில்லை? எப்போது வரும் அந்தப் படை? எப்போது என் உயிரைப் போக்கும்? எப்போது அரசு கட்டிலில் ஏறுவான் என் மகன்? என் மகனோ? இல்லை இல்லை - பரூஉத் தலையான்?*

அடே! ஆள எண்ணமா? இல்லை மாள எண்ணம் கொண்டு விட்டாய்? முன்னேறித் தாக்குவோம். ஏறுங்கள் அண்டியூர்ச் சாலை நோக்கி

(படை செல்லுகின்றது. மன்னன் ஒரு குதிரையில் முன்னணியிற் சென்று அழகு செய்கின்றான்.)

காட்சி - 23

"குறிகெட்டவர்கள் எங்கே?"

இடம் : உறையூரை அடுத்த அண்டியூர்ச் சாலை.

நேரம் : முதுமாலை.

கதை உறுப்பினர் : கோப்பெருஞ் சோழன், சிறுபடை மறவர், படைத் தலைவன் உழுவைத் திறல், அமைச்சன்.

நிகழ்ச்சி : மூன்று தேர்கள், மூன்றே யானைகள், மூன்றே குதிரைகள், முப்பதின்மரே காலாட்கள் ஆகிய சிறு படை உழுவைத் திறலின் தலைமையில் அண்டியூர் சாலையை அடைகின்றது. முன்னணியிற் செல்லும் சோழன் அண்டியூர்ச் சாலையில் ஆரையும் காண வில்லை.

அரசன் : குறிகெட்டவர்கள் எங்கே? ஆரையும் காணோம்! அண்டி யூர்ச் சாலைதான் காட்சியளிக்கின்றது. என்னை எதிர்க்கும் நோக்கத்தவர் ஏன் எதிர்க்கவில்லை? என் முடி பறிக்கும் நோக்கத்தவர் ஏன் முன்வரவில்லை?

செய்வது இன்னதென்று தெரியாது விழித்தார்களா? எண்ணத்தையே மாற்றிக்கொண்டு எங்கேயாவது ஓடி விட்டார்களா? நெறி தவறினோர்க்கு உறுதி ஏது? எத்தனை ஆயிரம் தேர்கள்! எத்தனை ஆயிரம் யானைகள்! எத்தனை ஆயிரம் குதிரைகள்! எத்தனை ஆயிரம் காலாட்கள்! பரூஉத்

தலையாரவர்கள் வேறு ! அடி எடுத்து வைக்க வேண்டுமே என் அரண்மனை நோக்கி! முறி யடிப்பது எப்போது?

அமைச்சரே, படைத்தலைவரே, என்ன பொருள் இவர்கள் மறைவுக்கு?

அமைச்சன் : அவர்கள் மறைந்ததில் பொருள் இருக்கிறது அரசே! தங்கள் மைந்தர்களின் பெரும்படை மேல்நோக்கிச் சென்றிருக்கின்றது. அரண்மனைப் புறமாக இது திரும்பவே இல்லை. அடிச்சுவடு பாருங்கள்.

நம்மீது பற்றும் மதிப்பும் கொண்டுள்ள பாண்டிய மன்னனின் உள்ளத்தைக் கலைத்துச் சோணாட்டின் மேல் பாண்டியனார் படையெடுக்கும்படி செய்வதே இளவரசர்களின் நோக்கமா யிருக்கலாம். பாண்டிய மன்னர் நம்மீது படைகொண்டு வருவதாக முன்னொரு பொய் சொன்னார்கள். அன்றோ! நாம் பாண்டிய நாட்டின் மேல் படைகொண்டு வந்தது போல் காட்ட அங்குப் படையைத் திருப்பியும் இருக்கலாம் அன்றோ?

நேர் நின்று நம்மை வெல்வது அவர்கட்கு முடியாத தொன்று! பெருங்கலகத்தைக் கிளப்பி அதற்கிடையில் காரியத்தைச் செப்பனிட்டுக் கொள்ள முடியும் என்று அவர்கள் தப்புக் கணக்குப் போடுகின்றார்கள்.

நிலைமை சிக்கலாகி விடுகின்றது. மிக ஊன்றி எண்ணுதல் வேண்டும்.

அரசன் : *நன்று கூறினீர். செய்வார்கள். ஆண்மை அற்றவர் ஆதலின்! புலிக்குப் பிறந்தவை முயல்களாயின. என் மக்கள் இழிவு நடையை மேற்கொண்டார்கள்.*

அமைச்சரே, இவர்கள் என் ஆட்கள் போலப் பாண்டிய மன்னனிடம் சிலர் போய், நான் குற்றம் சாட்டியதாகப் புளுகி, அதோ சோழனின் படையும் வருகின்றது என்று சொல்லும்படி செய்வார்கள்.

பாண்டியனார் நம்புவாரா? பாண்டியனார் நம்பினாலும் பிசிராந்தையார் நம்புவாரா? பொய்யுடை ஒருவன் சொல் வன்மையினால் மெய்போலும். ஆதலால், அறிவுடை நம்பியார் படை எடுக்கவும் கூடும். அவ்வாறு படை எடுத்து வரட்டுமே! படை எடுத்து எங்கே வருவார்கள்? யாரைக் காண்பார்கள்? என் மக்களின் படையைக் காண்பார்கள். எதிர்ப்பார்கள் மைந்தர் படை என்ன செய்யும்? எதிர்க்குமோ! எதிர்க்கட்டுமே! எதிர்த்து மடியட்டுமே!

அமைச்சன் : *இளவரசர் படையானது பின்வாங்கி நம் நாட்டில் நுழையும் என்றால் என்ன ஆகும்?*

அரசன் : *துரத்திக்கொண்டு வருவார்களா? அஞ்சி ஓடுபவரை அழிப்பது அறமல்லவே!*

அமைச்சரே, ஆவது ஆகட்டும், எதுவரினும் தாங்கும் நம் தோள்! எது நேர்ந்தாலும் தாங்கும் நம் அறத்தின் திறம்

நாம் இன்று அழுவது எது கருதி? பொதுவாக நம் நாட்டின் சோழநாட்டின் புகழ் இகழாகின்றதே என்பது கருதித்தான்!

திரும்புவோம் அரண்மனை நோக்கி!

காட்சி - 24

"கடலும் வறண்டதோ?"

இடம் : *பாண்டியநாடு, அரண்மனை*

நேரம் : *காலை*

உறுப்பினர் : *பாண்டியன் அறிவுடைநம்பி, அமைச்சர், படைத் தலைவர், புலவர் மேற்படியார், ஒற்றன், சோணாட்டின் ஒற்றன்*

நிகழ்ச்சி : *பாண்டி நாட்டின் ஒற்றன் வந்து புதுமை கூறுகின் றான்.*

அறிவு : *பாவேந்தர் பிசிராந்தையார் நகரில்தானா?*

அமைச் : *இல்லை இல்லை! பிசிருக்குப் போயிருக்கின்றார் மனைவி மக்களோடு!*

அறிவு : *நானும் அவருடன் இருக்க ஆசைப்படுகின்றேன். ஒழி வில்லை. நான் பிசிராந்தையாருடன் இருக்கின்றேன் என்றால், நான் என் அன்னையின் மடியில் இருக்கின்றேன். தந்தையின் பிடியில் இருக்கின்றேன். நல்லாசிரியரின் திரு அடியில் இருக்கின்றேன்.*

(இதற்குள் ஒற்றன் வருகின்றான். பணிந்து கூறுகின் றான். அவன் தோளில் ஓர் அதிர்ச்சியும் பெருமூச்சும் காட்சியளிக்கின்றன.)

ஒற் : *வியப்பு!... நம்... பாண்டிய நாட்டின் முள்ளிக் கோட்டத்தின் எல்லையை அடைகின்றது... சோழன்படை! சோழன் படைதான்! புலிக்கொடி தொலைவில் காட்சியளிக்கக் கண்டன என் கண்கள்.*

அறிவு : *கோப்பெருஞ்சோழனின் மாபெரும் புகழும் மாய்ந்ததா? அறம் வற்றிப் போயிற்றா? கடலா வறண்டது? அட! அப்பனே, இதற்கேன் நீ கலங்குகின்றாய்?*

அமைச் : *அரசர் பதறிச் சூளுரைத்து விடவேண்டாம். இதில் ஏதோ மறைவு இருக்கின்றது. நான் நம்பவில்லை. சோழன் படை எடுத்ததை, ஒற்றர் கண்ணால் கண்டாராயினும்!*

மேற்படி : *தாம் சாக மருந்துண்டாரா சோழர்! வருவது சோழர் படையானால் படைமேல் அவருக்கு வருத்தம் போலும். அதனால்தான் இங்கு அனுப்புகின்றார்.*

(இதற்குள் வேற்றரசின் ஒற்றன் வருகின்றான். அவன் முகத்தில் அச்சம் கூத்தாடுகின்றது. அரசரைப் பணிந்தெழுகின்றான்.)

ஒற் : *அயலரசின் செய்தி கொண்டு வந்தாரை ஒன்றும் செய்ய மாட்டீர்கள் என்று நம்பியதால் இப்பணியை நான் மேற்கொண்டேன். இது கோப் பெருஞ்சோழன் அளித்தது.*

(என்று திருமுகத்தைப் பாண்டியனிடம் நீட்டப் பாண்டியன் வாங்கிப் படிக்கின்றான்.)

அரசன் : *"அறமிலாப் பாண்டியன் அறிவுடை நம்பிக்குக் கோப் பெருஞ்சோழன்:*

அறமில்லை. ஆட்சித் திறமில்லை உன்னிடத்தில்!
அறிவில்லை. நல்ல நெறியில்லை உன்பால்! நிலை தவறிற்று;
கொலை பெருகிற்று நின்நாட்டில்!

உன் ஆட்சியை என்னிடம் ஒப்படைக்க வேண்டும்.
இல்லையானால் போருக்கு வருக. எல்லைக்கண் படையோடு நிற்கின்றேன்."

அறிவு : *நானும் படையுடன் இதோ வந்துவிட்டேன். இழித்துப் பேசிய சோழன் வாளைக் கிழித்துப் போடுகின்றேன். இதையும் சொல்போ!*

(ஒற்றன் ஓடுகின்றான்.)

படைத்தலைவரே, நம் படை முழுவதும் திரட்டுக விரை வில்! எல்லையில் கால் வைக்குமுன் நாம் எதிர்த்துத் தாக்க வேண்டும். அமைச்சரே, தெருத்தோறும் கோப்பெருஞ் சோழன் உருவத்தை வைக்கோலால் புனைந்து நிறுத்தும்படி செய்க.

கோப்பெருஞ்சோழன் மேல் நமக்குள்ள வெறுப்பைக் காட்ட அப்புல்லுருக்களில் தீ வைக்க. இதோ நான் பிசிருக்குப் போய் வந்துவிடுகின்றேன்.

(போதல்)

வழியில்

(அரசன் அமைச்சன் இருவரும் தேரிற் செல்லுகின்றார்கள். தெருவில் ஆட்கள் கூடிச் சோழன் உருவை வைக்கோலாற் புனைந்து நிறுத்துகின்றார்கள். தேரில் அரசன் காணுகின்றான்.)

அரசன் : வெறுக்கத்தக்க சோழன்!

பலர் : சோழன் வீழ்க!

அமைச் : நாங்கள் வரும்போது கூறுவோம், அப்போது தீயிட்டுக் கொளுத்துக.

(தேர் செல்லுகின்றது.)

மற்றோரிடத்து:

அரசன் : *(சோழன் உருக்கண்டு)* இகழத்தக்க சோழன்!

பலர் : வீழ்க சோழன்!

அமைச் : பொதுமக்களே, திரும்பி வரும்போது தீ வைக்கலாம் சோழன் உருவுக்கு! *(தேர் செல்லுகின்றது)*

மற்றொரு தெரு:

அரசன் : *(சோழன் உருக்கண்டு)* பகைக்கத் தக்க சோழன்!

பலர் : சோழன் வீழ்க!

அமைச் : இப்போது தீயிட வேண்டாம்! வரும்போது நாங்கள் சொல்லுவோம்.

(தேர் செல்லுகின்றது)

மற்றொரு தெரு:

அரசன் : *(சோழன் உருக்கண்டு)* கொல்லத்தக்கசோழன்:

பலர் : சோழன் வீழ்க!

அமைச் : நாங்கள் வரும்போது கட்டளை தருவோம், அப்போது தீ வைக்கலாம்.

(தேர் செல்லுகின்றது.)

காட்சி - 25

"ஆந்தையும் நாரையும்"

இடம் : *பிசிர் என்னும் ஊர், ஓர் சோலை.*

நேரம் : *மாலை.*

கதை உறுப்பினர் : *பிசிராந்தையார், புலவர் பலர், பாண்டியன், படைத் தலைவர், புலவர் மேற்படியார், பாண்டிய நாட்டின் ஒற்றன்.*

நிகழ்ச்சி : *மாவின் அடியில் பிசிராந்தையார் வீற்றிருக் கின்றார். அவர்க்கு எதிரில் ஒளி மங்கிவரும் பெரு வெளி காட்சியளிக்கின்றது. அப்பெரு வெளியை வெள்ளை நாரைகள் ஊடுருவுகின்றன. அவ்வி னிய காட்சி பிசிராந்தையார் மனத்தைத் தொடுகின்றது. அவர் பாடுகின்றார். பாட்டின் ஒவ் வொரு சொல்லையும் சுவைக்கின்றார்கள். உடனிருக்கும் புலவர்களும் அடுத்துச் சிறிது தொலை வில் பதுங்கியிருக்கும் பாண்டியனும், பிறரும்.*

பாட்டு

அன்னச் சேவல்! அன்னைச் சேவல்!
ஆடுகொள் வென்றி அடுபோர் அண்ணல்
நாடுதலை யளிக்கும் ஒண்முகம் போலக்
கோடுகூடு மதிய முகிழ்நிலா விளங்கும்

மையல் மாலையாம் கையறு பிணையக்
குமரிஅம் பெருந்துறை அயிரை மாந்தி
வடமலைப் பெயர்குவை யாயின் இடையது
சோழன் நன்னாட்டுப் படினே கோழி
உயர்நிலை மாடத்துக் குறும்பறை அசைஇ
வாயில் விடாது கோயில் புக்குஎம்
பெருங்கோக் கிள்ளி கேட்க இரும்பிசிர்
ஆந்தை அடியுறை எனினே மாண்டநின்
இன்புறு பேடை யணியத்தன்
நன்புறு நன்கலன் நல்குவன் நினக்கே!

(ஒருபுறப் பதிவிருந்து கேட்ட பாண்டியன் அறிவுடைநம்பி, தன்னுடனிருந்த அமைச்சர் முதலாயினோரை நோக்கி வியப்புடன் கூறுகின்றான்.)

பாண்டிய : *அதோ சீறுகின்றது அந்தக் கோப்பெருஞ்சோழன் படை. அச்சீற்றப் படைக்கு உடையவனான கோப்பெருஞ் சோழன், பிசிராந்தையார்க்கு நெருப்பாவான் என்று எண்ணினோம். இல்லை அவன் அவருக்கு விருப்பானான். இஃது வியப்பே!*

என் பகைவன், என்னுடைய பிசிராந்தையார்க்கும் பகைவன் என்று எண்ணினேன். அவன்பால் தமக்குள்ள அன்பை நாவழியாக நவின்றருளினார்.

பாவேந்தர் உள்ளம் அவனைப் பகை என்று கொள்ளவில்லை. நண்பென்று நவிலுகின்றதே!

அமைச் : இருக்கும் சூழ்நிலை கண்டு எதிர்காலத்தைக் கணக்கிடும் ஆற்றல் பாவேந்தர்க்கு உண்டு. நீங்கள் சோழனைப் பகை என்கின்றீர்கள். பாவேந்தர் நண்பர் என்கிறார் அந்தச் சோழனை.

எனக்கொன்று தோன்றுகின்றது. வந்த செய்தியைப் பிசிராந்தையார்க்கும் நாம் சொல்ல வேண்டாம். திரும்பிப் போய்விடுவோம். விரைவில் தெரிந்துவிடும் சோழன் படையெடுப்பின் உண்மை!

படைத் : நேரே நானே சென்று வந்த படை யாருடையது என்பதை அறிந்து வந்துவிடுகின்றேன். திரும்புவோம். சோழன் மேல் உயிர் வைத்துள்ளார் பாவேந்தர். அவரிடம் சென்று சோழன் நம் பகைவன் என்று கூறிப் பாவேந்தர் உள்ளத்தைப் புண் படுத்துவது கொலைத் தொழிலுக்கு ஒப்பாகும்.

(திரும்புகின்றார்கள்.)

காட்சி - 26

“அமிழ்தும் பாட்டும்”

இடம் : *பிசிர் என்னும் ஊரினின்று நகருக்கு வரும் வழி.*

நேரம் : *முன்னிரவு.*

கதை உறுப்பினர் : *பாண்டியன், படைத்தலைவர் புலவர்கள், ஒற்றன்.*

நிகழ்ச்சி : *அன்னச்சேவல் என்னும் பிசிராந்தையார் பாட்டைக் கேட்டுத் திரும்பும் பாண்டியன் முதலியோர் அப் பாட்டின் அருமையை வியக்கின்றார்கள்.*

பாண்டி : *அன்னச் சேவலே! நீ குமரிப் பெருந்துறையிலுள்ள அயிரை மீன்களை நிறைய உண்டு வட திசைக்கண் இமய மலைக்குப் போகின்றாய் என்றால் இவ்விரண்டிற்கும் இடைப்பட்டதாகிய நல்ல சோழநாட்டின் உட்சென்று பொருந்தினால், உறையூரின் கண் உயர்நிலை மாடத் திலே உன் பெட்டையோடு தங்கி, வாயில் காவலர்க்குச் சொல்லவேண்டுமே என்று கூட எண்ணாமல் தடை யில்லாமல் கோயிலினுட் புகுந்து, பெருங்கோவாகிய கிள்ளி கேட்டால் நான் பெரிய பிசிர் என்னும் ஊரின் கண் உள்ள ஆந்தையுடைய அடியேன் என்று சொல்லி விட்டால்,*

மாட்சிமையுடைய நின் பேடை பூணத் தனது நல்ல அணிகலத்தை அளிப்பான் -

என்பதன்றோ பாவேந்தர் பாட்டின் கருத்து! கோப்பெருஞ் சோழனை எவ்வளவு மேலாக மதிக்கின்றார் பாவேந்தர்.

பாவேந்தரின் மதிப்பைப் பெற்ற கோப்பெருஞ்சோழன் எத்துணை நற்பண்புடையவனாயிருக்க வேண்டும்! அப் பெரியோனா இங்ஙனம் வஞ்சப்போர்க்கு முந்துவான்?

அமைச்சன் : *ஒருபோதுமில்லை.*

(செல்லுகிறார்கள் தேரில்! அங்கு ஒருபுறம் கோப்பெருஞ் சோழனின் உருவைச் சூழ்ந்து பலர் நிற்கிறார்கள். அவர்கள் பாண்டியன் தேர் நெருங்குவது கண்டு 'சோழன் வீழ்க' என்கிறார்கள்.)

பாண்டி : *சோழன் வாழ்க!*

(மற்றோரிடம்)

கூட்டம் : *இகழத்தக்க சோழன்.*

பாண்டி : *புகழத்தக்க கோப்பெருஞ்சோழன்*

(வரும்போது இகழ்ந்தான், பாண்டியன் சோழனை; போம்போது புகழ்ந்தான் பாண்டியன், அதே சோழனை. மக்கள் சோழன்மேல் கொண்ட வெறுப்பு விருப்பாக மாறுகின்றது.)

காட்சி - 27

"ஓடும் படை"

இடம் : *பாண்டிய நாட்டின் எல்லை*

நேரம் : *நள்ளிரவு.*

கதை உறுப்பினர் : *சோழ நாட்டுப் படையும் பாண்டிய நாட்டுப் படையும்.*

நிகழ்ச்சி : *சோழன் மகனும், சோழன் படைத் தலைவனும் கூட்டி வந்த படை பாண்டிய நாட்டுப் புறத்தே நிற்க- அதைப் பாண்டியன் படை நெருங்குகின்றது.*

சோழன் மகன் : *நாம் இப்போது என்ன செய்யவேண்டும் மாமா?*

படைத்தலைவன் : *பாண்டியன் படையை எதிர்ப்பது நம் நோக்கமன்று. அப்படை நம் படையைத் துரத்திக்கொண்டே வரும் படி நாம் பின்னோக்கி இறங்கவேண்டும். வெளிப் படையாகச் சொல்ல வேண்டுமானால், நாம் ஓட வேண்டும், நம் நாட்டை நோக்கி! பாண்டியன் படை நம்மைத் துரத்தியபடியே வர நாம் நம் நாட்டில் ஒரு புறம் பதுங்கிக்கொள்ள வேண்டும். உன் தந்தை கோப் பெருஞ் சோழனார்க்கும் பாண்டியன் படைக்கும் சண்டை மூளட்டும். இந்த நிலையில் கோப்பெருஞ் சோழனார் தோற்பது*

உறுதியல்லவா. அதைத்தானே நாம் எதிர்பார்க் கின்றோம்? எப்படி!

சோழன் மகன் : *நன்று, நன்று!*

(பாண்டியன் படை துரத்துகின்றது. சோழன் மகன் படை ஓடுகின்றது.)

காட்சி - 28

"இருதலைக் கொள்ளி எறும்பு"

இடம் : *சோழன் நாட்டின் ஒரு புறம்.*

நேரம் : *அதிகாலை.*

கதை உறுப்பினர் : *கோப்பெருஞ் சோழனின் படைத் தலைவன், இளங்கோச் சோழன், சோழன் படை,*

நிகழ்ச்சி : *கோப்பெருஞ்சோழனின் சிறு படைக்கும் துரத்தி வந்த பாண்டியன் படைக்கும் இடையில் சோழன் மகன் படை அகப்பட்டுக் கொள்ளுகிறது. இளங்கோச் சோழனும் படைத் தலைவனும் மாற்றுடை அணிந்து சோழ நகர்ப் புறம் நோக்கி ஓடி வருவதை ஒற்றர் பார்த்து விடுகின்றார்கள்.*

ஒருபுறம்

ஒற்றர் : *(கோப்பெருஞ்சோழனை நோக்கி) வணக்கம் நம் படைக்கும் பாண்டியனார் படைக்கும் இடையில் அகப்பட்டுக் கொண்ட தங்கள் மகனார், படையைத் தத்தளிக்க விட்டுவிட்டார். தங்கள் மகனாரும், படைத்தலைவரும் மாற்றுடையோடு திறலூர்ப் பொது விடுதியில் ஒளிந்து கொண்டார்கள். அங்குத் தத்தளிக்கும் படையும் எப்படியாவது இருபுறப் படைகளுக்கும் தப்பி நகர் நோக்கி ஓடி வந்துவிட முயலுகிறது.*

கோப்பெருஞ்சோழன் : என் மகனையும் படைத் தலைவனையும் பொது விடுதியிலேயே சிறைப்படுத்துக. அவர்களின் படையையும் வளைத்து நொறுக்குங்கள். உடனே என் கட்டளை நிறைவேற வேண்டும்

(ஒற்றர் ஓடுகின்றார்கள்.)

காட்சி - 29

"செயல் இல்லை"

இடம் : சோழ நாட்டு அரண்மனை.

கதை உறுப்பினர் : கோப்பெருஞ்சோழன், புலவர் புல்லாற்றூர் எயிற்றியனார், மற்றும் புலவர்கள், துணைப் படைத் தலைவன், ஒற்றர், ஆட்கள், சோழ மன்னி.

நிகழ்ச்சி : கோப்பெருஞ்சோழன் அவைக் களத்தில் ஒற்றன் பேருரை! அவன் விரைந்து அவையினுள் புகுந்தான்.

ஒற்றன் : வணக்கம்! செயலில்லை. திறலூர்ப் பொது விடுதியை நம் படை சூழ்ந்துகொண்டது! உள்நுழைந்தது. இளவரசரைக் கண்டது. படைத்தலைவரைக் கண்டது. செயலற்று நின்றது.

சோழன் : விலங்கிட்டு இழுத்துவர வேண்டியதுதானே!

ஒற்றன் : விலங்கா! படைத் தலைவருக்கா! இளவரசருக்கா?

சோழன் : உன் கேள்வியே இப்படியா?

ஒற்றன் : நானல்ல; நம் படையினர் சொன்னது.

சோழன் : சரி. பிறகு? நின்றார் நின்றபடிதானா?

ஒற்றன் : *பொறுத்தருளுக. கூறுகின்றேன். செயலற்று நின்ற நம் படையினரை நோக்கி 'எங்கு வந்தீர்கள்' என்று கேட்டார் படைத்தலைவர்! 'உங்களைச் சிறைப்படுத்தக் கட்டளை இட்டார் மன்னர்' என்றனர் நம் படையினர்.*

அரசர் தாம் பொறாது கூறினும் நீங்களும் அதற்கு ஒத்துக் கொள்ளலாமா என்றார் படைத்தலைவர். அதனால்தான் சும்மா நிற்கின்றோம் என்றார்கள் நம் படையினர்.

சோழன் : *எனவே, இவர்களும் அவர்களோடு! அப்படித்தானே?*

ஒற்றன் : *ஆம்!*

சோழன் : *இனி அனைவரும் சேர்ந்து என் முடியைப் பறிக்கவேண்டும், அப்படித்தானா? சிரிப்பு வருகின்றது. பிறகு?*

ஒற்றன் : *உங்கள் மகனாரின் படை துணைக்கு வந்து சேர்ந்தது.*

சோழன் : *விரைவில் சொல்லிமுடி!*

ஒற்றன் : *இளவரசர் அந்தத் துணைப் படைத்தலைவனை நோக்கி இவர்களைச் சிறைப்படுத்துங்கள் என்றார். அதற்கு அந்தத் துணைப் படைத்தலைவர். "இவர்கள் நம் பகைவர் அல்லரே" என்று கூறிச் சும்மா நின்றனர். அதன்பிறகு நம் படை மற்றொன்று வந்தது அங்கே. அதுவும் செயலற்று நின்றது. நிலைமை இதுதான்.*

(இதே நேரத்தில் சோழ மன்னியும் அங்கு வந்து விடுகின்றாள்.)

சோழன் : என் தோள் எனக்குத் துணை! என் ஒருவாள் எனக்குத் துணை!

(வாளை உருவுகின்றான்.)

பெற்றவள் பிள்ளைகளை இழக்கட்டும். என் நாடு தான் பெற்ற இன்னலை இழக்கட்டும். என் ஆட்சி தன் பெரும்படையை இழக்கட்டும். என் பெரும் படையினர் தம் தலைகளை இழக்கட்டும்.

(எழுகின்றாள். சோழமன்னி, சோழ மன்னனின் காலைப் பிடித்துக் கொண்டு கண்ணீர் விடுகின்றாள்.)

மன்னி : பெருந்தவங் கிடந்து பெற்ற பிள்ளைகளல்லவா அத்தான்! நீங்கள் போகவேண்டாம். நானே சென்று நல்லது சொல்லித் திருத்துகின்றேன். அவர்கள் திருந்துவார்கள்.

சோழன் : தாயாரும் சேயர் கட்சி! என்னைக் கொன்று என் முடி பறிக்க இருக்கும் பிள்ளைகளின் கட்சிதான் என் அன்பு மனைவியும்!

உனக்கு உன் பிள்ளைகள் மேல் அன்பு தோன்றலாம். இயற்கை தான். ஆனால் நிலைமை வேறு. உன் அன்பைக் காட்டு. அழு! கண்ணீரால் நனை. இதோ கொண்டு வருகின்றேன் இரண்டு தலைகளையும்!

(போக முயல்கிறான். புலவர் புல்லாற்றூர் எயிற்றியனார் இடை மறிக்கின்றார்.)

எயிற் : பொறுத்தருளவேண்டும். எனக்குப் பட்டதை இயம்பு கின்றேன். கேட்டருளவேண்டும்.

(பாட்டு)

மண்டமர் உற்ற மதனுடை நோன் தாள்
வெண்குடை விளக்கும் விறல்கெழு வேந்தே!
பொங்குநீர் உடுத்தஇம் மலர்தலை உலகத்து
நின்தலை வந்த இருவரை நினைப்பின்,
தொன்றுறை துப்பின்நின் பகைஞரும் அல்லர்,
அமர்வெங் காட்சியொடு மாறுஎதிர்பு எழுந்தவர்
நினையுங்காலை நீயும் மற்றவர்க்கு
அனையை அல்லை, அடுமான் தோன்றல்!
பரந்துபடு நல்லிசை எய்தி மற்றுநீ
உயர்ந்தோர் உலகம் எய்திப் பின்னும்
ஒழிந்த தாயம் அவர்க்கு உரித்தன்றே?
அதனால், அன்னதாதலும் அறிவோய் நன்றும்
இன்னும் கேண்மதி, இசைவெய் யோயே!
நின்ற துப்பொடு நின்குறித் தெழுந்த
எண்ணில் காட்சி இளையோர் தோற்பின்
நின்பெருஞ் செல்வம் யார்க்கு எஞ்சுவையே?
அமர்வெஞ் செல்வம் நீ அவர்க்கு உலையின்,
இகழுநர் உவப்பப் பழி எஞ் சுவையே!
அதனால் ஒழிகதில் அத்தைநின் மறனே வல்விரைந்து
எழுமதி, வாழ்கநின் உள்ளம்! அழிந்தோர்க்கு
ஏமம் ஆகும்நின் தாள்நிழல் மயங்காது.
செய்தல் வேண்டுமால், நன்றே – வானோர்

அரும்பெறல் உலகத்து ஆன்றவர்
விதும்புற விருப்பொடு விருந்தெதிர் கொளற்கே!

சோழன் : *(எண்ணத்தில் ஆழ்ந்தவனாக)* ஆம்! *(வாளை உறையில் போட்டு இருக்கையில் அமர்கின்றான்)* இனி என் நிலை என்ன? இருக்கவேண்டுமா இவ்வுலகில் நான்? *(அரண் மனையின் அமைப்பையும் வேலைப்பாட்டின் அருமை யையும் நோக்கியபடி எழுந்து செல்லுகின்றான். மன்னி முதலிய அனைவரும் உடன் தொடர்கின்றார்கள்.)* தூய்மை கெடாமல் இருக்க அரண்மனையை நாடோறும் துடைத்து வர வேண்டும். வாய்மை கெடாதிருக்க ஆளுவோன் மனமானது மாசு கொள்ளா திருக்க வேண்டும்.

(மற்றொருபுறம் போகின்றான் மன்னன். உடன் செல்லுகின்றனர் மற்றவர்களும்.)

அறமன்றம் : அரசன் என்பவன் அறிவிற் சிறந்தாரை மதிக்க வேண்டும். பெருங்குடி மக்களைச் சிறிதும் இகழக்கூடாது. நான் மக்களையா பெற்றேன்? நரிகளைப் பெற்றேன். எனக்குப் பின்?

நூல் மன்றம் : பண்டைத் தமிழ்ச் சான்றோர் அருளிய சட்ட நூற்கள், தமிழ்ப்பெரும் புலவர் தந்த ஒழுக்க நூற்கள், தமிழிலக் கியம், இலக்கண நூற்கள், உயிர் என மதிக்கப்படுதல் வேண்டுமே. என் கண்ணே *(மன்னியை)* மறந்துவிடாதே! புலவர் பெருமானே. அறிவு தந்து உதவினீர் எனக்கு! அதுபோலவே என் வழி வருவோர்க்கு உதவவேண்டும்.

மன்னி : *ஏன் இவைகள்? நீங்கள் எங்கே போகின்றீர்கள் அத்தான்? அதோ பாருங்கள். உணவுண்ண அழைப்போர் உங்கள் முகநோக்கி நிற்கின்றார்கள்.*

சோழன் : *அதுதான் முடியாது. அதுமட்டுமன்று என் தடக்கைகள், இனிச் செங்கோல் தாங்காது. இவ்வுடல் வடக்கிருந்து உயிர்விடும்.*

(அனைவரும் அழுது துடிக்கின்றார்கள்.)

காட்சி - 30

"அறத்திற்குப் புத்துயிர் அளிப்பேன்"

இடம் : *சோழ நாட்டின் புறத்தே ஓர் ஆலடி.*

நேரம் : *முதுமாலை*

உறுப்பினர் : *கோப்பெருஞ்சோழன், புலவர் புல்லாற்றூர் எயிற்றியனார், அமைச்சன், படைத்தலைவர், ஆட்கள், புலவர் பொத்தியார் , ஆன்றோர்.*

நிகழ்ச்சி : *கோப்பெருஞ் சோழன் ஆலடியில் நிற்க அவனடி யில் மன்னி கிடக்க. ஆட்கள் தரையில் மண்டி யுள்ள முட்செடிகளை வெட்டி மட்டம் செய்கின்றார்கள்.*

அமைச்சன்:

துன்பத் தலைமுளை தோய்ந்திலா மன்னரே
முன்புறம் ஆடி அசையும் முழுத்தோல்
பின்புறத் தாட்டுவான் பெருந்திறத் தால்ஆம்
பிள்ளை அரசு நடத்த நீவிர்
உள்ளிருந் துள்ளம் உதவ வேண்டாவோ
வடக் கிருத்தல் அடுத்த தோ?
விடுத்தல் வேண்டும், மன்னிக் குயிர்தரவே.

சோழன் :

அவரும் பாடினார் இவரும் பாடினார்
இருவர் பாட்டினுள் வேறுபா டென் எனில்
அவர் நற் பாட்டில் அறமே கண்டேன்
அரசுக் குரியவர் அரசு மக்களே
அன்னவர் மன்னனின் பகைவ ரல்லர்.
அவரைக் கொன்றபின் ஆட்சி எவர்க்(கு) ஆம்?
என்ற புலவர் இனிய செய்யுள்
காட்டிய அறமே கடைப் பிடித்தேன்.
அமைச்சர் பாட்டில் அறமே காணேன்;
அமைச்சரே, நான் உமக் கறிவித்தபடி
இதுவரை ஏதும் இயற்ற வில்லையா?
இந்த நாட்டில் அறமே இறந்தது.
புத்துயிர் அளிக்க இத்தகு முடிவு
செய்தேன் உமக்கிதைத் தெளிவுறச் சொன்னேன்.
என்னைப் போலவே என் முன்னோர்கள்
அறம்பெரி துயிர் பெரிதல்ல என்று
வாழ்ந்தனர்; அவருடல் இந்த மண்ணில்
கலந்தது! நிறைந்த ஆயுள் கண்டே
இறப்பு வரும்போதும் வீரம் இறவா
எண்ணிலாச் சோழர் இறந்தனர்
எனில் உடல் இந்த மண்ணிற் கலந்தது.
சோழ நாட்டில் நிறைந்த பூழ்தியின்
அணுஒவ் வொன்றும் வீரமே ஆனது
என்னும் இந்த உண்மை யாவற்றையும்
உலகுக்கு நினை வூட்ட எண்ணியே
பாண்டிய நாடுமுதல் பன்னாடு கட்கும்

என்னிலை இயம்பு மாறு செய்க என்றேன். ஏன் செய்யா திருந்தீர்?

அமைச் : *ஆணை எப்படி? அப்படிச் செய்துளேன். மறப்பவன் நானோ? மறுப்பவன் நானோ?*

சோழன் : *எனவே, என் பிசிராந்தையார்க்கும் இந்நேரம் என் நிலை எட்டியிருக்குமா?*

அமைச் : *ஏந்தலே, இதிலும் ஐயம் எதற்கு?*

சோழன் : *வடக்கிருக்க வாய்ப்பான இடம் எனக்கொன்று, மனக் கோட்டமிலாப் பிசிராந்தைக்கொன்று வேண்டும். அசதி வேண்டாம் ஏவலாளரே!*

சான்றோரில் ஒருவர் : *நோற்றலில் நிகரிலா ஆற்றல் உமக்குண்டு. பிசிராந்தையார்க்கு அவ்வாற்றல் ஏது? அவர்க்கும் உமக்கும் என்ன தொடர்புண்டு? யாம் கண்ட தில்லை; கேட்டிருக்கின்றோம், பிசிராந்தையார் கோப்பெருஞ்சோழனாரிடம் மிக்க மதிப்பு வைத்திருக்கின்றார் என்று! கெட்டபோது நட்டாரும் கைவிடுவார் என்பதும் அறிவோம். மன்னர் வடக்கிருக்கும்போது என்ன கருதி அவர் வருவார்? வந்தாலும் எதற்காக உமக்காக வடக்கிருக்க ஒப்புவார்?*

சோழன் : *சான்றோரே நிறுத்துங்கள். கேளுங்கள். பாண்டிய நாடு அங்கே; சோழநாடு இங்கே; இடைவெளி மிகப் பெரியது. ஆயினும் அவர் என்னுடன் உறைவோரே! அவர்*

எனக்குச் செல்வங் கொழிக்கும் நாளில் வாராது நிற்பினும்,

நான் அல்லல் அடையும் இக்காலத்து வாராதிரார்.

காட்சி - 31

"பாவேந்தர் சென்றார் - பாண்டி நாடே சென்றது"

இடம் : *பாண்டி நாடு, புறநகர்.*

நேரம் : *காலை*

கதை உறுப்பினர் : *பிசிராந்தையார், பாண்டியன் அறிவுடை நம்பி முதலிய அனைவரும்.*

நிகழ்ச்சி : *பிசிராந்தையார் எங்கே? - இதை ஆராய்ந்து வர அனுப்பப்பட்ட ஆட்கள் பாண்டியன் அவையில் பகருகின்றார்கள்.*

ஆள் 1 : *வணக்கம்! பிசிராந்தையார் எங்குமில்லை. அவர் யானை எங்குமில்லை. நகர்ப்புறத்து மக்களிற் சிலர் சோழநாடு நோக்கிப் பிசிராந்தையார் யானை மேற்செல்வதைக் கண்டோம் என்றனர். விடியுமுன் அவருக்குக் கிடைத்த செய்தி கோப்பெருஞ்சொழனார் வடக்கிருந்து உயிர்விட எண்ணினார் என்பது! இல்லத்தில் உள்ளாரைக் கேட்டோம். "விடியுமுன் வந்த செய்தி கேட்டு அழுது கொண்டிருந்தார். கோப்பெருஞ்சோழன் நாட்டுத் திசை நோக்கித் தொழுது கொண்டிருந்தார். பின், நாங்கள் தூங்கி விட்டோம். விழித்தபோது அவரைக் காணாமல் ஏங்கி விட்டோம்" என்றார்கள்.*

பாண்டியன் : காலத்திற்குக் கவிதை ஒன்று தருவதும்; ஞாலத்திற்கு நட்புணர்ச்சி காட்டுவதும் பிசிராந்தையாரின் நோக்கமாகும். நான் போகவேண்டும்; வர எண்ணுவோர் அனை வரும் வருக. தேர் வருக. செய்க, முன்னேற்பாடெல்லாம். நாழிகை ஒன்றில் நான் பிசிராந்தையாரை அடைந்துவிட வேண்டும்.

காட்சி - 32

"அன்னோனை இழந்த இவ்வுலகம் என்னாவது?"

இடம் : *சோழநாடு வடக்கிருந்த இடம்*

நேரம் : *முன்மாலை.*

கதை உறுப்பினர் : *கோப்பெருஞ்சோழன், புலவர் பொத்தியார், சோழ மன்னி, அமைச்சன் முதலியோர், பிசிராந் தையார்; பாண்டியன் அறிவுடைநம்பி முதலியோர். மற்றும் புலவர்கள். சோழன் மக்கள்.*

நிகழ்ச்சி : *வடக்கிருக்க அமர்ந்த கோப்பெருஞ்சோழன் வடக்கிருக்கப் பிசிராந்தை யாரும் வருவார் என்று கூறியதை எதிர்த்துப் பேசி, வடக்கிருத்தலையும் சோழன் கைவிட வேண்டும் என்று கூறியிருக் கிறார்கள் அங்கிருப்பவர்கள்.*

அரசி:

வடக்கிருத்தலை விடப்படாதா!
வாழ்வை எனக்குத் தரப்படாதா!
ஆட்சியை மக்களுக் காக்கினீர். அவர்கள்
தாழ்ச்சியை உலகு சாகும் வரைக்கும்
மக்கள் நினைவில் வைக்கும் வண்ணம்
மெய்க்கிறுதியை விரும்புதல் தக்கதோ!
வாழ்வரசியாக வாழ்ந்த என்னைத்

தாழ்வரசி என்று வையகம் சாற்றப்
பிரிவீர் என்றால் நான் செய்த பிழை என்?

சோழன் :

மனம் ஒன்று விடுவது சாவு! மற்றொன்று
தொடுவது பிறப்பு! நாட்டின் தொடர்பை
விட்டேன்; செத்தேன். வடக்கே மேவினேன்!
பிறந்தேன். பெண்ணே நீவேறு நான்வேறு.
மண அணியாகத் தந்த கணையாழி
கழற்றிச் சுழற்றி எறிவதுன் கடனாம்.
நான் இறந்தால் நீ இறப்பதா?
ஏனது? மக்கள் பால் அன்புனக் கில்லையா?
ஆளும் மைந்தர்க்கு நாளும் உடனிருந்து
வேண்டுவ சொல்லித் தரவேண்டாமா?

(சோழமன்னி சோர்ந்து விழுகின்றாள்.)

பொத்தியீர் இத்தரை வாழ்வு போதும்.
எத்தனை புகழ்ச்செயல் இருந்தன உலகில்
அத்தனை செய்தேன் அல்லவை செய்திலேன்.
வாழ்வான் போலச் சாவான் வீரன்
சாவான் போல வாழ்வான் கோழை.
என்கடன் நாட்டு மக்கட்குத் தொண்டு
நன்கனம் நான் அது புரிந்ததுண்டு.
புதுமலர் போன்ற முகங்கள், புலவீர்!
எது பற்றிக் கூம்பின? ஏன் வருந்தினீர்.
என்சூள் உலகினர் உள்ளத் தெல்லாம்

மன்னிடச் செய்தேன். என்னொரு நண்பர்
அறியச் செய்தேன். அனைவர் வருவதோர்
நெறியில் விழிவைத் திருந்தேன் நினைக்கிலீர்
பொன்முடி முன்போல் பூண்டு கோவிலில்
இன்னும் வருவேன் என்று நினைந்தனிர்!

பொத்தியார் : பிசிராந்தையாரும் வருவதற்கிசைவரோ?

சோழன்:

நுணுகி அறிக மணியின் ஓசை
யானை வருவதற்கான குறிப்பே!
யானை அதுவும் ஆந்தையார் யானையே!
நண்ணும் அவ்வி யானையை நடத்துவார் நண்பரே!

பொத்தியார்:

என்சிற் றறிவிற் கெட்டவே யில்லை
அரசர் கண்ணும் ஆந்தையார் கண்ணும்
ஒன்றின் ஒன்று புதைந்த தாகக்
கண்டு மறியேன் கேட்டும் அறியேன்.

சோழன்:

சேய்மையிற் கேட்ட மணிசெய் ஓசை
அண்மை கேட்ப தறிக ஐயா!
அதோ மீனக் கொடி! அதோ படை முழக்கம்!

(பிசிராந்தையார் தனியே கால்கொண்டு ஓடிவந்து கோப்பெருஞ் சோழனைத் தழுவிக் கொள்ளுகிறார். பின்னே பாண்டியன் அறிவுடைநம்பி முதலியோர் தேர் முதலிய விட்டிறங்கி வடக்கிருத்தற்கு அமைந்த பிசிராந்தையாரையும் கோப்பெருஞ் சோழனையும் தொழுது நிற்கின்றார்கள். பொத்தியார் வியப்பில் ஆழ்கின்றார்.)

பொத்தியார் : எதனினும் இவன் பெற்ற தலைமை. பெரிய தலைமையை யுடைய கோப்பெருஞ்சோழன் தனக்குள்ள சிறப்புக்களை எல்லாம் துறந்து வடக்கிருத்தற்கு வரத் துணிந்ததை நினைக்க வியப்பு! வேற்றரசனால் காக்கப்பட்டும், புகழே பெரிதென எண்ணியும், நட்பே அதற்குப் பற்றுக்கோடு என எண்ணியும் இந்தப் பிசிராந்தையார் கோப்பெருஞ் சோழனின் துன்பப் போதில் இவ்விடத்தில் வந்தது வியப்பினும் வியப்பே! இவ்வாறு பிசிராந்தையார் வருவார் என்று துணிந்து சொன்ன வேந்தன் மேன்மையும், அவ்வாறு வேந்தன் கூறியது பழுதுபடாது வந்த பிசிராந்தையாரின் அறிவும் வியக்குந் தோறும் அவ் வியப்பு வளர்கின்றது!

ஆதலால் தன் செங்கோல் செல்லாத இடத்திலும் சென்றேன் என்ற நெஞ்சுடையானை இழந்தால் இந்த நாடு இடும்பையுறாதோ? இரங்கத்தக்கது அதுதான்!

(புலவர் பொத்தியாரும் மூன்றாவதாக ஓர் இடந்தேடி வடக்கிருக்கலானார்.)

காட்சி - 33

"துறந்தார் பெருமை"

இடம் : சோணாடு வடக்கிருந்த இடம்.

நேரம் : ஒருநாள் முன்மாலை

கதை உறுப்பினர் : கோப்பெருஞ்சோழன், பிசிராந்தையார், அமைச்சன், புலவர் பொத்தியார், மக்கள்.

நிகழ்ச்சி : கடல்போற் சூழ்ந்த மக்கள் கைகூப்பி நிற்கின் றனர். அமைச்சரின் வேண்டுகோள்.

அமைச்சர்:

துன்பம் சிறிதும் சுவைத் தறியீரே:
அன்பின் வேண்டுகோள் அகற்றல் ஆவதோ:
குடலைப் பற்றிய கொடும்பசிப் பெருந்தீ
உடலை உறுத்த உயிரும் பொறுக்குமோ?
நீவீர் படுந்துயர் யாவரும் பட்டனர்:
சாவீர் சாவீர் தடுக்க எண்ணோம்.
இச்சோறு நெய்ச்சோறு சிறிதே
மெய்ச்சோர்வு மிகாமை உண்ணுக வேந்தே

சோழன்:

உண்ணோம் உணவு பருகோம் ஒருதுளிநீர்
எண்ணோம் உலகை இனி.

பிசிராந்தையார் :

இனித்திருக்கும் எங்கள் சாவும்! எமக்குத்
தனித்திருக்கும் வாய்ப்பளிப்பீர் சற்று.

புலவர் பொத்தியார் :

சாவோம் ஒரு நாளும் சாவாமை காண்கின்றோம்
நோவாது செல்க நும் வீடு.

(அனைவரும் நீங்கா உயிரோடு நீங்குகின்றார்கள். என்பில் ஒட்டிய தசையுடம்புகள் மூன்று மட்டும் அங்கே.)

காட்சி - 34

“உயிரினும் நட்புப் பெரிதே”

இடம் : *வடக்கிருக்கும் இடம்.*

நேரம் : *ஒரு நாள் மாலை.*

கதை உறுப்பினர் : *பிசிராந்தையார், கோப்பெருஞ்சோழன், புலவர் பொத்தியார், இளங்கோச்சோழன் அவனுக் கிளையவன், உலக மக்கள்.*

நிகழ்ச்சி : *கோப்பெருஞ் சோழனின் மக்கள் இருவரும் மன்னிப்பு வேண்டி அழுகின்றார்கள்.*

இளங்கோச் சோழன்:

(தன் தம்பியுடன் ஓடி வந்து தந்தையின் திருவடி பற்றிக் கொண்டு.)

உலகமெலாம் புகழும்நும் ஆட்சியை ஒழித்திடக்
கலகம் செய்தோம் கலகம் செய்தோம்
சிறியேம் பெரும்பிழை செய்தோம் பெரியீர்
பொறுத்தருள் புரிக, பொறுத்தருள் புரிக!

இந்த உலக மக்கள் எம்மைக்
கொந்திக் கொலைசெய்யா திருக்கத் தந்தையிர்

வடக்கிருத்தலை விடத்தான் வேண்டும்.
நீவீர் உயிர்விட நினைத்ததற்கு

யாமே காரணம் என்று ஞாலம்
எண்ணிற்று. யாமினி வாழ்வ தெங்கே?
வாழினும் யாம்கொள் ஆட்சி
வாழ விடுமோ நும்பெரு ஞாலமே?

(கோப்பெருஞ்சோழனின் திருவடியில் கிடந்த இரண்டு தலைகள் நிமிர்கின்றன. தந்தை முகத்தை நோக்குகின்றனர் மக்கள் இருவரும். பிசிராந்தையார், கோப்பெருஞ்சோழன், பொத்தியார் ஆகிய மூன்று உடல்கள் உயிர் அற்றுச் சாய்கின்றன.)

மக்களிருவர் : *ஐயோ இறந்தாரே! உய்வதெப்படி?*

(என்று அரற்றி விரைந்து ஓடுகின்றார்கள். மூன்றுடல்கட்கு முன் உலகம் கைகூப்பி நிற்கின்றது.)

உலகம் பாடுகின்றது:

நண்புக் குயிர்தந்தான் நண்பு பெரிதென்றான்
உண்மை உடையான் பிசிராந்தை நற்பெயர்
தெண்ணிலவும் செங்கதிரும் உள்ளநாள் வாழியவே,
எண்ணுலவி நல்லறம் என்றென்றும் வாழியவே!

முற்றும்.

www.ingramcontent.com/pod-product-compliance
Lightning Source LLC
LaVergne TN
LVHW010930051026
849532LV00003B/926